നിലാവ് പെയ്യുന്ന വഴിത്താരകൾ

ഡോക്ടർ കെ രാജലക്ഷ്മി മൈനാമൺ

VB

VAYANAPPURA

NILAAVU PEYYUNNA VAZHITHAARAKAL
(Malayalam Novel)
by Dr. K. Rajalakshmi Mainamon

Vayanappura Publications, Ernakulam
First Published : October 2021
Typesetting, Layout & Cover Design : C V Harindran
Published by : Vayanappura Publications
Anantham Studios, Old Railway Station Cross Road
Ernakulam - 682 018
Mob : 9074188300
email : vayanappuraeditorial@gmail.com

ISBN : 9789390999460

ഡോ. കെ. രാജലക്ഷ്മി മൈനാമൺ

കൊല്ലം ജില്ലയിൽ പത്തനാപുരം കുറുമ്പകര മൈനാമണിൽ ജനനം. പരേതനായ റിട്ട. എക്സൈസ് കമ്മീഷണർ എം. ആർ. രാഘവൻ ഉണ്ണിത്താൻ പിതാവും, പി.ആർ. കുഞ്ഞുകുട്ടിയമ്മ മാതാവുമാണ്. കുറുമ്പകര സ്കൂൾ, പത്തനാപുരം മൗണ്ട് ടാബോർ ഗേൾസ് ഹൈസ്കൂൾ, സെന്റ് സ്റ്റീഫൻസ് കോളേജ് എന്നിവിടങ്ങളിൽ വിദ്യാഭ്യാസം. തുടർന്ന് തിരുവനന്തപുരം ഗവ. ആയുർവേദ കോളേജിൽ നിന്നും BAM, MD (ആയു.) ബിരുദം നേടി. തിരുവനന്തപുരം ഗവ. ആയുർവേദ കോളേജിലും തൃപ്പൂണിത്തുറ ഗവ. ആയുർവേദ കോളേജിലും സേവനം അനുഷ്ഠിച്ചു. പ്രൊഫസറായി വിരമിച്ച ശേഷം പത്തു വർഷത്തോളം നങ്ങേലി ആയുർവേദ മെഡിക്കൽ കോളേജിലും ജോലിചെയ്തു.

ഇപ്പോൾ സാഹിത്യരംഗത്തും ചികിത്സാരംഗത്തും ഒരുപോലെ വ്യാപൃതയാണ്.

ഭർത്താവ് : കെ.എ.ഉണ്ണിത്താൻ (റിട്ട. ഫാക്ട്)
മക്കൾ : ഡോ. ഹീര ഉണ്ണിത്താൻ, ഡോ. ഹൃദ്യ ഉണ്ണിത്താൻ
മരുമക്കൾ : ആർ. കൃഷ്ണകുമാർ, എം.ജെ. മനോജ്
പേരക്കുട്ടികൾ : നിധി കൃഷ്ണ, ശ്രേയ മനോജ്, നന്ദന മനോജ്.
ഫോൺ : 9567553373, 0444507779
പ്രസിദ്ധീകരിച്ച പുസ്തകങ്ങൾ :

ഹൃദയ വടുക്കൾ.
പാടിപ്പതിഞ്ഞ സ്തുതികൾ
മൗക്തികം
മിന്നാമിന്നികൾ
അറിവിന്റെ വഴികൾ
നിലയ്ക്കാത്ത പാട്ട്
മഞ്ഞുപൊഴിയും രാവിൽ

ആശംസ

നാട്ടറിവുകൾ അനുവാചകരിൽ എത്തിക്കുന്നതിൽ ഡോ. കെ. രാജലക്ഷ്മി എന്ന എഴുത്തുകാരിക്കുള്ള കഴിവ് എടുത്തു പറയേണ്ടതുതന്നെയാണ്. 'അറിവിന്റെ വഴികൾ' എന്ന കൃതിയിലൂടെ അനുവാചകർക്കുമുമ്പിൽ ഒരിക്കൽ അതു തെളിയിച്ചതുമാണ്. ഇപ്പോഴിതാ 'നിലാവു പെയ്യുന്ന വഴിത്താരകൾ' എന്ന വ്യത്യസ്തമായ ചെറുനോവലിലൂടെ ആ കഴിവ് വീണ്ടും തെളിയിക്കുകയാണിവിടെ. നാട്ടിൻപുറത്തിന്റെ നന്മയും നിഷ്കളങ്കതയും സ്നേഹവും എല്ലാമുള്ള ചില കഥാപാത്രങ്ങളിലൂടെ താൻ കണ്ടറിഞ്ഞതും കേട്ടറിഞ്ഞതും അനുഭവിച്ചറിഞ്ഞതുമായ നിരവധി നിരവധി നാടൻ കലകളും ആചാരങ്ങളും ജീവിതരീതികളും എല്ലാം സ്വാഭാവികമായിത്തന്നെ വരച്ചുകാട്ടുന്നുണ്ട്.

കിലോമീറ്ററുകൾ ദൂരെയുള്ള സ്കൂളുകളിൽ നടന്നുപോയി പഠിച്ചിരുന്ന ഒരു കാലം. വിജനവും ഇടുങ്ങിയതുമായ വഴികളിലൂടെ ലവലേശം ഭയമില്ലാതെ പെൺകുട്ടികൾ പോലും കൂട്ടുകൂടിയും ഒറ്റയ്ക്കും സുരക്ഷിതമായി യാത്ര ചെയ്തിരുന്ന ഒരിക്കലും ഇനി തിരിച്ചുവരാത്ത നല്ലകാലം. സമയം കിട്ടുമ്പോഴെല്ലാം ബന്ധുവീടുകളിൽ പോവുകയും അവരുടെ സന്തോഷങ്ങളിലും ദുഃഖങ്ങളിലും ലാഭേച്ഛയില്ലാതെ പങ്കെടുക്കുകയും ചെയ്തിരുന്ന സുമനസ്സുകളുടെ കാലം അങ്ങനെ ഈ ഡിജിറ്റൽ യുഗത്തിൽ അന്യംനിന്നു പോയ പലതും പ്രധാന വിഷയത്തിന് കോട്ടംതട്ടാതെതന്നെ എഴുത്തുകാരി അയവിറക്കുന്നുണ്ട്.

അരനൂറ്റാണ്ടു മുൻപുള്ള കേരള ഗ്രാമങ്ങളെ തൊട്ടറിയാൻ പുതുതലമുറയ്ക്ക് സഹായമേകും ഈ കൃതി എന്ന കാര്യത്തിൽ സംശയമില്ല.

മദ്ധ്യകേരളത്തിന്റെ കിഴക്കൻ ഗ്രാമങ്ങളിലെ പഴയകാല ജീവിത രീതികളും, വിനോദങ്ങളും, കൃഷിയും, വ്യവസായങ്ങളും, മറ്റു പ്രാദേശിക തൊഴിലുകളും, ഉത്സവങ്ങളും എന്നുവേണ്ടാ എല്ലാം ഉൾപ്പെടുത്തിയാണ് ഡോക്ടർ ഈ ചെറു നോവൽ രചിച്ചിരിക്കുന്നത്.

തീർത്തും ഗ്രാമീണരായ കുറച്ചു കഥാപാത്രങ്ങളുടെ ജീവിതത്തിനൊപ്പം മറവിയിലേക്ക് ആഴ്ന്നുപോയ പല കാര്യങ്ങളും ഓർമ്മകളിലേക്ക് തിരികെയെത്തിച്ചുതന്ന ഡോ. രാജലക്ഷ്മിയ്ക്കും നിലാവു പെയ്യുന്ന വഴിത്താരകൾ എന്ന ഈ കൃതിയ്ക്കും ഹൃദയത്തിൽനിന്നും ആശംസകൾ അറിയിക്കുന്നു.

സി വി ഹരീന്ദ്രൻ

പ്രസാധകക്കുറിപ്പ്

നിലാവ് പെയ്യുന്ന വഴിത്താരകൾ! പേരുപോലെതന്നെ ഗ്രാമീണ നൈർമല്യം തുളുമ്പുന്ന ഗതകാല സ്മരണകളുടെ പവിഴമുത്തുകൾ കോർത്തിണക്കി ഒരുക്കിയെടുത്ത മനോഹരമായൊരു ലഘു നോവലാണിത്. വ്യത്യസ്ത വിഷയങ്ങളെ അധികരിച്ച് ഒട്ടേറെ കൃതികൾ മലയാളത്തിനു സമ്മാനിച്ചിട്ടുള്ള ശ്രീമതി ഡോ. കെ. രാജലക്ഷ്മി മൈനാമൺ, തനിക്ക് സ്വതസിദ്ധമായി വഴങ്ങുന്ന ഭാഷാശുദ്ധികൊണ്ട് ഈ നോവലിനെയും ആസ്വാദനത്തിന്റെ ഗിരിമകുടങ്ങളിലേക്ക് എത്തിക്കുന്നതിൽ ശ്രദ്ധിച്ചിട്ടുണ്ട്. വായനപ്പുര പബ്ലിക്കേഷൻസ് സന്തോഷപൂർവ്വം നിലാവ് പെയ്യുന്ന ഈ വഴിത്താരകളെ വായനയ്ക്കായി സമർപ്പിക്കുന്നു.

സ്നേഹപൂർവ്വം
പോൾസൺ തേങ്ങാപ്പുരക്കൽ

1

നഗരപ്രാന്തത്തിൽ നിന്നും കുറെ അകലെ വനനിബിഡമെന്നു പറയാവുന്ന വിധത്തിലുള്ള ഒരു ഗ്രാമം. വലുതും ചെറുതുമായ പാറകൾ, വളർന്നു പന്തലിച്ചു നിൽക്കുന്ന മരങ്ങൾ, അതിലായി ചുറ്റിപ്പടർന്നു കിടക്കുന്ന വള്ളിപ്പടർപ്പുകൾ, പേരറിയാത്ത പലതരത്തിലും നിറത്തിലുമുള്ള പൂക്കൾ, കുലകളായി തൂങ്ങിക്കിടക്കുന്ന പ്രാന്തൻ കായകൾ, പലതരം പൂത്ത മരങ്ങൾ, ഇടയിലിടയിലായി കുറ്റിച്ചെടികൾ, കാട്ടുചെടികൾ ചുറ്റിപ്പിണഞ്ഞുകിടക്കുന്ന സർപ്പക്കാവുകൾ, അവിടവിടെയായി ചെറിയ ചെറിയ കുളങ്ങൾ, ഇതിനെല്ലാം അപവാദമായി കനകത്തിന്റെ തിളക്കമാർന്ന കതിരുകൾ ആടിക്കളിക്കുന്ന വയലേലകൾ എന്നിവയാലെല്ലാം അനുഗ്രഹീതമായ ഒരു ഗ്രാമം.

അതിനിടയിലൂടെ പാമ്പിഴയുംപോലെ പലവഴിയായി ചെറു നടപ്പാതകൾ. വീടുകളോ കടകളോ അപൂർവ്വമായിട്ടുള്ള തികച്ചും വിജനമായ ഒരു കാട്ടുപ്രദേശം.

പ്രധാന റോഡിൽ നിന്നും ചെറുവഴിയിലൂടെ ഒന്നര കിലോമീറ്ററോളം എത്തുമ്പോൾ ഒരു ചെറിയ കാവു കാണാം. അടിയാളന്മാരാണ് അവിടെ പൂജ നടത്തുന്നത്. മുറുക്കാൻ വെക്കുക എന്നത് അവിടുത്തെ ഒരു പ്രധാന വഴിപാടാണ്. ഉടയോന്മുറ്റം എന്നാണ് ഈ കാവ് നിൽക്കുന്ന സ്ഥലത്തെ പറയുന്നത്.

കാവിന്റവിടെനിന്നും നാട്ടുവഴിയിലൂടെ നേരെ അരക്കിലോമീറ്റർ നടന്ന് ഇടത്തോട്ട് തിരിഞ്ഞാൽ രണ്ടുവശവും പൊന്തക്കാടുകളുള്ള ചെറുവഴിയിലേക്ക് കയറാം. ശാന്തസുന്ദരമായ എയർകണ്ടീഷൻ ചെയ്തപോലെ തണുത്ത അന്തരീക്ഷം. മുന്നോട്ടു നൂറു മീറ്റർ നടന്നാൽ അവിടെ പടർന്നുപന്തലിച്ച ഒരു അപ്പൂപ്പൻ മുരിങ്ങയും അപ്പൂപ്പൻ ഇലിമ്പൻ പുളിമരവും മറ്റു പല ഫലവൃക്ഷങ്ങളും കാണാം. ഇതിൽക്കൂടി നടന്നെത്തുന്നത് തെക്കേമഠം എന്ന വീട്ടിലേക്കാണ്.

മുരിങ്ങമരത്തിൽ എന്നും ധാരാളം മുരിങ്ങക്ക ഉണ്ടായിരിക്കും. മുരിങ്ങയുടെ ചുവട്ടിൽ വിരിച്ചിട്ട പോലെ മുരിങ്ങപ്പൂ പൊഴിഞ്ഞു കിടക്കും. അതു പെറുക്കുക എന്നതുതന്നെ രസമുള്ള ഒരു കാര്യമാണ്. വലിയ ഇലിമ്പൻപുളിയിൽ അടി മുതൽ മുടി വരെ എന്ന പോലെ പുളി ഉണ്ടായി നിൽക്കുന്നത് കാണാൻ എന്തു ഭംഗിയാണെന്നോ.

കാവിന്റവിടെനിന്നും വലത്തോട്ട് തിരിഞ്ഞുപോയാൽ കണ്ണെത്താ ദൂരം വയലേലകൾ കാണാം. അതിന്റെ ഇടവരമ്പിലൂടെ കുറെ നടന്നു നീങ്ങിയാൽ ഇടത്തോട്ട് ഒരു ചെറിയ നടവരമ്പുണ്ട്. അതവസാനിക്കുന്നത് രണ്ടു വലിയ പാറകൾ കൂട്ടിവെച്ചപോലെ ഒരു പാലത്തിലാണ്. ആ പാലം കയറിയും തെക്കെമഠത്തിന്റെ ഉമ്മറത്തെത്താം. കാവിലെ ഉത്സവങ്ങളും മറ്റും നടത്തുന്നത് ആ കുടുംബക്കാരാണ്.

എല്ലാ വർഷവും ശിവരാത്രി ഇവിടെ ഒരു ആഘോഷമാണ്. എല്ലാ ദിക്കിൽനിന്നും മരംകൊണ്ടുണ്ടാക്കിയ കാളകളെ ഒറ്റക്കാളയും ഇരട്ടക്കാളയും ഒക്കെയായി അലങ്കരിച്ചെഴുന്നള്ളിക്കുന്നു. ഒപ്പം ഗോപുരം പോലെ അലങ്കരിച്ച രഥവും എഴുന്നള്ളിക്കാറുണ്ട്. നാട്ടിലുള്ള എല്ലാ

വരും ജാതിമതഭേദമെന്യേ ഇതിൽ പങ്കുകൊള്ളുന്നു. കെട്ടുകാഴ്ച എന്നാണ് ഇതിനെ പറയുന്നത്.

തെക്കേമഠത്തിന്റെ മുന്നിലായി കെട്ടിയലങ്കരിച്ച കാളകളെയും രഥവും ഒരുക്കിനിർത്തുന്നു. കൊയ്ത്തുകഴിഞ്ഞ സമയമായതിനാൽ വയലുകളിൽ യഥേഷ്ടം എഴുന്നെള്ളിക്കാനാവും.

ഊരാളി എന്ന പേരിൽ ഊരായ്മ എടുത്ത ഒരു കുടുംബക്കാർ ഉണ്ട് .അതിൽ ഊരാളി ആയിട്ടൊരാളെ തീരുമാനിച്ചിട്ടുണ്ടാവും. ആ ഉരാളി തലയിൽ കുരുത്തോലകൊണ്ടുള്ള അലങ്കാരത്തോടുകൂടി അരയ്ക്കുചുറ്റുമായി ഏതാണ്ട് ആറ് ഇഞ്ച് വീതിയിൽ കുറെ നീളത്തിലുള്ള ചുമന്ന തുണി മടക്കി തിരുകി ഉടുത്തൊരുങ്ങുന്നു.

തെക്കേമഠത്തിലെ പ്രായം കൂടിയ പുരുഷന്മാരിൽ നിന്നും ഭസ്മവും കുങ്കുമവും നീളത്തിലുള്ള ഒരു വാളും വാങ്ങുന്നു. ഭസ്മവും കുങ്കുമവും നെറ്റിയിലും ശരീരത്തിലും പൂശി വാളുംപിടിച്ച് ഇടയ്ക്കിടയ്ക്ക് കറക്കി നടവഴിയിൽ അങ്ങോട്ടുമിങ്ങോട്ടും നടക്കുന്നു. ഇടയ്ക്കിടെ ചില ശബ്ദങ്ങൾ പുറപ്പെടുവിക്കുന്നു. കാണക്കാണെ നടത്തം വേഗത്തിലാക്കുകയും കറങ്ങുകയും വാൾ വേഗത്തിൽ കറക്കുകയും ചെയ്യുന്നു. അങ്ങനെ അത് ഒരു തുള്ളലായി മാറുന്നു. അതിനു പടേനി എന്നാണു പറയുന്നത്. അതു കാണുന്ന കുട്ടികൾ ഭയന്ന് ദൂരേക്ക് മാറുകയാണ് പതിവ്. അവിടെത്തന്നെ കുറേസമയം തുള്ളി അതിനു ശേഷം നേരെ വയലിലേക്ക് ഇറങ്ങി കാവു ലക്ഷ്യമാക്കി തുള്ളിക്കൊണ്ടുതന്നെ പോകുന്നു. കെട്ടുകാളകളും രഥവും അതിനുപിന്നാലെയാവും പോവുക. കെട്ടുകാളകളെയും രഥവും വലിക്കുന്നവർ ആവുന്നതുപോലെ അത് തുള്ളിച്ചുകൊണ്ടാവും മുന്നോട്ടുനീങ്ങുന്നത്. അവരും ഒപ്പമുള്ളവരും ആർപ്പുവിളികൾ മുഴക്കും. എല്ലാം ഒന്നിനുപുറകെ ഒന്നായി കാവിൽ എത്തുന്നു. ആർപ്പുവിളികളും കുരവകളും കൊണ്ട് മുഖരിതമായ അന്തരീക്ഷത്തിൽ ഊരാളിയും പുറകെ എഴുന്നള്ളിപ്പും കാവിന് മൂന്നു വലത്തുംവെച്ചതിനുശേഷം കാളകളെയും താഴെ വെക്കുന്നു. അതോടുകൂടി കെട്ടുകാഴ്ച അവസാനിക്കുന്നു.

ഇന്നിവിടെ ചെറിയചെറിയ അമ്പലങ്ങളുണ്ട്. അതിനോടനുബന്ധിച്ചുള്ള പൂജകളും ഉത്സവങ്ങളും പരിപാടികളും ഒക്കെ നാട്ടുകാർ ഒത്തുചേർന്നു നടത്തുന്നു.

വീടിന്റെ ഉമ്മറത്ത് എത്തിയാൽ ഓല കെട്ടിയ ചെറിയ കൂരകൾ കാണാം. അത് പല ആവശ്യങ്ങൾക്കായി ഉപയോഗിക്കുന്നവയാണ്. മുൻവശത്തായി ശുദ്ധവും വൃത്തിയും കാത്തുസൂക്ഷിക്കുന്ന ഒരു രണ്ടുമുറിപ്പുര കാണാം. അതിനെ കളീൽ എന്നാണ് വിളിക്കുന്നത്.

ഉത്സവത്തിന് ഉപയോഗിക്കുന്ന വാളും മറ്റും സൂക്ഷിക്കുന്ന ഇടമാണത്.

പിതൃക്കൾ, യോഗിശ്വരൻ ഇവർക്ക് തിരി വയ്ക്കുവാൻ വേണ്ടി പ്രത്യേക സംവിധാനങ്ങൾ ഒരുക്കിയിട്ടുണ്ട്. കിണറും പരിസരവും അന്യർ തൊടാതെ ശുദ്ധമാക്കി വെച്ചിരിന്നു.

ആ വീട്ടിലായിരുന്നു കാർത്തു എന്ന ഓമനപ്പേരിൽ വിളിക്കുന്ന കാർത്ത്യായനിഅമ്മയുടെ ജനനവും വളർച്ചയുമൊക്കെ. കാർത്തുവിന്റെ അമ്മ കൊച്ചുകല്യാണിയാണ് അവിടുത്തെ ഗൃഹനായിക.

തെക്കെമഠത്തിൽ കൊച്ചിട്ടിക്ക് രണ്ട് ആൺമക്കളാണ് ഉണ്ടായിരുന്നത്. പെൺകുട്ടികളില്ലാതെ കുടുംബം അന്യം നിൽക്കും എന്ന് വന്നപ്പോൾ ദത്തായി വന്നതാണത്രേ കൊച്ചുകല്യാണി.

ദത്തെടുത്ത് മൂത്ത മകനെക്കൊണ്ട് പുടവ കൊടിപ്പിച്ചു. ഇളയ മകനെക്കൊണ്ട് മറ്റൊരു കല്യാണം കഴിപ്പിച്ച് മറ്റൊരു വീട്ടിലേക്ക് മാറ്റി. രാവിലെ മുതൽ ഉച്ചവരെ മൂത്തമകന്റെ വീടും ഉച്ച മുതൽ വൈകുന്നേരംവരെ ഇളയമകന്റെ വീടും ഭരിച്ചു നടന്നു കൊച്ചിട്ടി.

കൊച്ചുകല്യാണിക്ക് മൂന്നുമക്കളാണ്. കുഞ്ഞുകൊച്ചുണ്ണി, കാർത്ത്യായനിയമ്മ, കുഞ്ഞുകൊച്ചിട്ടിയമ്മ.

കാർത്തുവിനെ പതിനഞ്ചാം വയസ്സിൽ കല്യാണം കഴിപ്പിച്ചു. അല്പം ദൂരെയുള്ള പ്രസിദ്ധമായ ഒരു കുടുംബത്തിൽ നിന്നായിരുന്നു അത്. അന്നത്തെ നാട്ടുനടപ്പനുസരിച്ച് ജ്യേഷ്ഠന് ജാതകദോഷം ഉള്ളതിനാൽ അനിയനെക്കൊണ്ടാണ് പുടവ കൊടുപ്പിച്ചത്. അങ്ങനെ കാർത്തുവിന് പതിനഞ്ചാം വയസ്സിൽ രണ്ടു ഭർത്താക്കന്മാരായി.

വർഷങ്ങൾ കടന്നുപോയി, 7 മക്കളുമായി. ആയിടയ്ക്കാണ് തെക്കേമഠത്തിലെ ഭൂസ്വത്തുക്കൾ പലതും ജപ്തിയുടെ വക്കിലെത്തിയെന്ന് കാർത്തു അറിയുന്നത്. ഭൂസ്വത്തിന്റെ സംരക്ഷണത്തിനായി കാർത്തു വീട്ടിലേക്ക് പോന്നു. സ്വന്തം ഇഷ്ടപ്രകാരം മക്കളുടെ കൈയും പിടിച്ചായിരുന്നു ആ യാത്ര. രണ്ടു ഭർത്താക്കന്മാരും ഭാര്യവീട്ടിലേക്ക് വരാൻ കൂട്ടാക്കിയില്ല. അവരുമായി എന്തെങ്കിലും പ്രശ്നം ഉള്ളതായി കാർത്തു ആരോടും പറഞ്ഞിട്ടില്ല. ഒരുപക്ഷേ അന്നത്തെ സാഹചര്യമനുസരിച്ച് പറയാൻ പറ്റുമായിരുന്നില്ലേ എന്ന് അറിഞ്ഞുകൂടാ. ആരും അതേപ്പറ്റി ചോദിച്ചതുമില്ല.

സ്വന്തം വീട്ടിൽ അവർ സന്തുഷ്ടരായിരുന്നു. ഒരുപക്ഷേ കുടുംബത്തെ രക്ഷിക്കാനുള്ള ഒരു വ്യഗ്രതയിൽ ആയിരുന്നിരിക്കാം. എന്തായാലും പിന്നീട് ഒരു തിരിച്ചുപോക്ക് ഉണ്ടായിട്ടില്ല.

ഭർത്താക്കന്മാരിൽ ജേഷ്ഠൻ ശങ്കരനുണ്ണി വളരെ മാന്യനും റിസർവ് ടൈപ്പും എന്നാൽ കർക്കശക്കാരനും ആയിരുന്നു. വളരെ

സ്നേഹത്തോടും മാന്യതയോടെയുമാണ് അയാൾ പെരുമാറിയിരുന്നത്. അനുജൻ ഗോപാലനുണ്ണി ഇതിൽനിന്നെല്ലാം വ്യത്യസ്ഥനായിരുന്നു. എല്ലാവരോടും ഇഴുകി ഇടപെടുന്ന ആളും രസികനും സ്നേഹസമ്പന്നനും ആയിരുന്നു. അയാൾ കലാവാസനയുള്ള ആളുമായിരുന്നു. വള്ളംകളിശീലുകളും തിരുവാതിരശീലുകളും താളം ചവിട്ടി പാടിക്കൊണ്ട് നടക്കുമായിരുന്നു.

കാർത്തു വീട്ടിലേക്ക് മടങ്ങിയപ്പോൾത്തന്നെ ശങ്കരനുണ്ണി അമ്മാവന്റെ മകളെ വിവാഹം കഴിച്ചു. എന്നാൽ അനുജൻ കുറെനാൾ അങ്ങനെയും ഇങ്ങനെയും ഒക്കെ നടന്നു. ഇടയ്ക്കിടയ്ക്ക് കാർത്തുവിന്നെയും മക്കളെയും കാണാനും എത്തുമായിരുന്നു. പക്ഷേ വീട്ടിൽ തങ്ങിയിരുന്നില്ല.

അവസാനം തന്റെ വീട്ടിൽ സഹായത്തിന് നിന്നിരുന്ന സ്ത്രീയുമായി ഗോപാലനുണ്ണിയും ജീവിതമാരംഭിച്ചു.

കുട്ടികളുമായി അവിടെയെത്തിയ കാർത്തുവിന് താമസം ഒരു പ്രശ്നമായിരുന്നു. കുടുംബത്തിൽ അനിയത്തിയും കുടുംബവുമാണ് താമസിച്ചിരുന്നത്. സഹോദരൻ മറ്റൊരു വീടുവെച്ച് മാറിയിരുന്നു. ആങ്ങളയുടെ ഒപ്പം കൂടുന്നതും ബുദ്ധിമുട്ടാകും എന്ന് കാർത്തു മനസ്സിലുറപ്പിച്ചു.

വീടിന്റെ കിഴക്കുപുറത്തായി പ്രസവിച്ചു കിടക്കാനും തീണ്ടാരിയായാൽ കഴിയാനും മാത്രമായി ഉപയോഗിച്ചിരുന്ന ഒരു ചെറിയപുര ഉണ്ടായിരുന്നു. അവിടേക്ക് താമസം മാറ്റാൻ കാർത്തു തീരുമാനിച്ചു. പേരുവിള എന്നാണ് ആ വീടിനെ പറഞ്ഞിരുന്നത്.

ഗോപാലനുണ്ണി ഭാര്യയേയും മക്കളെയും കാണാൻ വല്ലപ്പോഴുമൊക്കെ എത്തുമായിരുന്നു. ചിലപ്പോഴൊക്കെ പുതിയ ഭാര്യയെയും മകളെയും കൂടെക്കൂട്ടിയിരുന്നു. അദ്ദേഹത്തിന്റെ വരവിൽ കാർത്തു നിസ്സംഗതപാലിച്ചു. എതിർപ്പ് പ്രകടിപ്പിക്കുകയോ അനുകൂലഭാവം കാട്ടുകയോ ചെയ്തതേയില്ല. അന്ന് വണ്ടികൾ ഒന്നും ഉണ്ടായിരുന്നില്ല. അദ്ദേഹത്തിന് ആവതുള്ളടത്തോളംകാലം ആ വരവ് തുടർന്നുകൊണ്ടിരുന്നു. എല്ലാ മക്കളും വളരെ സ്നേഹത്തോടുകൂടി തന്നെ അദ്ദേഹത്തെ വരവേറ്റിരുന്നു.

ഏഴുമക്കളിൽ രണ്ടുപേർ മരിച്ചുപോയി മൂന്നുപെണ്ണും രണ്ടാണുമായിച്ചുരുങ്ങി.

കാർത്തുവിന്റെ അഞ്ചാമത്തെ മകളാണ് കുഞ്ഞി. അഞ്ചാമത്തെ പെണ്ണ് പഞ്ചവർണ്ണകിളി ആണെന്നും മകരത്തിലെ അത്തം നക്ഷത്രത്തിൽ ജനിച്ചതിനാൽ പെണ്ണത്തം പൊന്നത്തം ആണെന്നുമാണ്

കുഞ്ഞിയുടെ ഭാഷ്യം.

കുഞ്ഞിക്കു 10 വയസ്സ് പ്രായമായപ്പോൾ ഗോപാലനുണ്ണി അവളെ തന്റെ വീട്ടിലേയ്ക്കു കൊണ്ടുപോകുമായിരുന്നു. കാർത്തു എതിർപ്പൊന്നും പ്രകടിപ്പിച്ചിരുന്നില്ല അദ്ദേഹത്തിന്റെ അമ്മയ്ക്ക് കുഞ്ഞിയെ വളരെ ഇഷ്ടമായിരുന്നു.

പണ്ട് സർപ്പക്കാവുകൾ ഇല്ലാത്ത കുടുംബങ്ങൾ വിരളമായിരുന്നു. ഐശ്വര്യത്തിനും സമ്പത്ത് സമൃദ്ധിക്കും വേണ്ടിയാണ് അന്ന് അവർ അതു കാത്തുസൂക്ഷിച്ചിരുന്നത്. അവിടെയും ഉണ്ടായിരുന്നു രണ്ടു സർപ്പക്കാവുകൾ. ശുദ്ധവും വൃത്തിയും നിഷ്കർഷിച്ചു കാത്തുപോന്നവ. രണ്ടിടത്തും രാവിലെയും വൈകിട്ടും വിളക്ക് വയ്ക്കണം. ചെറിയ പെൺകുട്ടികൾ ഉണ്ടെങ്കിൽ അവരെക്കൊണ്ടാണ് അത് ചെയ്യിക്കാറ്. കുഞ്ഞി ചെന്നപാടെ ആ ജോലി അവളുടേതായി മാറി. രണ്ടുനേരവും കുളിച്ചിട്ട് വേണം തിരി വെക്കാൻ. കുളി വിരോധിയായ കുഞ്ഞിക്ക് ചിന്തിക്കാൻ പോലും പറ്റാത്ത കാര്യം. വയ്യ എന്ന് പറഞ്ഞാൽ അമ്മൂമ്മയുടെ സ്നേഹം പോയാലോ? അവൾ പിടിച്ചുനിന്നു.

ശുദ്ധവും വൃത്തിയും പാപവും പുണ്യവും ഒന്നും അലട്ടാത്ത പ്രായമായിരുന്നു അവളുടേത്. ഓലകൊണ്ട് നാലുവശവും മറച്ച് ഓല കൊണ്ടുതന്നെയുള്ള ഒരു വാതിലുമുള്ള മറപ്പുര എന്ന പേരിൽ അറിയപ്പെടുന്ന കുളിമുറിയാണ് അന്ന് സർവ്വസാധാരണമായി ഉപയോഗിച്ചുകൊണ്ടിരുന്നത്. അവൾ പതിയെ മറപ്പുരയിൽ കയറി വെള്ളം ചെറുചരുവത്തിലെടുത്ത് തലയ്ക്കുമുകളിൽകൂടി വലിച്ചെറിയും. കെട്ടിവച്ചിരിക്കുന്ന ഓലയിൽ വെള്ളം തട്ടി ശബ്ദമുണ്ടാകും. ശബ്ദം കേൾക്കുമ്പോൾ പുറത്തു നിൽക്കുന്നവർക്ക് കുളിച്ചു എന്ന് ഉറപ്പാകും. കൗശലക്കാരിയായ കുഞ്ഞി അല്പം വെള്ളം മുടിയിൽ തേച്ചു വയ്ക്കും. അങ്ങനെ എത്രയോ ദിവസങ്ങൾ ആ അമ്മൂമ്മയെ അവൾ പറ്റിച്ചുനടന്നു. അതുകൊണ്ടാവാം പിൽക്കാലത്ത് ആ കുടുംബം ക്ഷയിച്ചുപോയതെന്ന് കുഞ്ഞിതന്നെ ഓർക്കാറുണ്ട്.

സർപ്പക്കാവിൽ തനിയെ പോകാൻ ഭയമായതിനാൽ അമ്മൂമ്മയേയും ഒപ്പം കൂട്ടും. അങ്ങനെ വല്ലപ്പോഴുമൊക്കെ കുറേ ദിവസങ്ങൾ അവിടെ കൂടിയിട്ട് വീട്ടിലേക്ക് മടങ്ങാറാണ് പതിവ്.

*

2

നാട്ടിലെ പേരുകേട്ട ഒരു തറവാടായിരുന്നു കാർത്തുവിന്റേത്. ധാരാളം കൃഷിസ്ഥലങ്ങളും നോക്കെത്ത വയലേലകളും വച്ചുനടത്തിയിരുന്നവർ. വലിയ കലങ്ങളിൽ അരി വെച്ചുവിളമ്പി കൊടുത്തിരുന്നവർ.

പേരുകേട്ട തറവാട് എന്നതുകൊണ്ടുതന്നെ വെളിയിൽനിന്ന് ആരെങ്കിലും വിശേഷിച്ചു വന്നാൽ അവിടെയാണ് തങ്ങാറ്. അതിഥികളെ താമസിപ്പിക്കുകയും അവരെ പരിചരിക്കുകയും ചെയ്യുക എന്നത് ഒരു സംസ്കാരമായി അവർ കൊണ്ടുനടന്നു.

കാർത്തു വെളുത്തുമെലിഞ്ഞ കൊലുന്നനെ നല്ല നീളമുള്ള ശരീരപ്രകൃതിയിൽ സാമാന്യം സുന്ദരിയായിരുന്നു. എന്നാൽ അടുത്ത തലമുറയ്ക്ക് ഒന്നും അത്രയും സുന്ദരത്വം കിട്ടിയിരുന്നില്ല. ആരെയും കൂസാത്ത ആജ്ഞാശേഷിയുള്ള സ്വഭാവത്തിന് ഉടമയായിരുന്നു അവൾ.

ആയിടയ്ക്കാണ് അവിടെ അടുത്തുള്ള സ്കൂളിലേക്ക് സ്ഥലം മാറിവന്ന ഒരു മാഷ് വീട്ടിൽ താമസമാക്കിയത്. സംസ്കൃത പണ്ഡിതൻ. സാഹിത്യാഭിരുചിയുള്ള വെളുത്ത കുറിയ ഒരു മനുഷ്യൻ.

'ധർമ്മക്ഷേത്രമായ കുരുക്ഷേത്രത്തിൽ സമാഗതരായ
നമ്മുടെ മക്കളും പാണ്ഡുനന്ദനന്മാരും...'

എന്നുതുടങ്ങി ഭഗവത്ഗീതയുടെ മലയാള വിവർത്തനവും ചില ഭക്തിഗീതങ്ങളും പുസ്തകരൂപത്തിൽ ഇറക്കിയിട്ടുണ്ട്. വളരെ മാന്യനായ അദ്ദേഹത്തെ എല്ലാവരും ബഹുമാനപൂർവ്വം സാർ എന്ന് വിളിച്ചുപോന്നു.

കാർത്തുവിന്റെ വീട്ടിലെ കുറെയേറെ സ്വത്തുക്കൾ വ്യവഹാരത്തിൽ പെട്ടിരിക്കുന്ന ഒരു സന്ദർഭമായിരുന്നു അത് എന്നു പറഞ്ഞിരുന്നല്ലോ. അത്തരം കാര്യങ്ങളിൽ ജ്ഞാനമുള്ള അദ്ദേഹം അതിൽ ഇടപെടുകയും അല്പം കുൽസിതബുദ്ധി ഉപയോഗിച്ചാണെങ്കിലും

വ്യവഹാരങ്ങളിൽ കുടുങ്ങിയ വസ്തുക്കൾ വീണ്ടെടുക്കുകയും ചെയ്തു.

സ്നേഹം തോന്നിയതുകൊണ്ടോ കടപ്പാടുകൾ ഉൾക്കൊണ്ടിട്ടോ എന്നറിയില്ല കാർത്തു ആ സാറുമായി അടുക്കുകയായിരുന്നു. അങ്ങനെ അദ്ദേഹം അവിടെ സ്ഥിരതാമസമാക്കി. അതിൽ അവൾക്ക് ഒരു കുട്ടി ജനിച്ചെങ്കിലും അത് മരിച്ചു പോയി.

ബന്ധത്തിന്റെ നിലനിൽപ്പിനായി, കെട്ടുറപ്പിനായി ഒരു കണ്ണി ഇല്ലാതെ പോയതിൽ അദ്ദേഹം ഏറെ ദുഃഖിതനായിരുന്നു. പ്രായമായപ്പോൾ കുഞ്ഞിയോട് ഇതേപ്പറ്റി സൂചിപ്പിക്കുമായിരുന്നത്രെ.

ശീതാതപങ്ങളുമായി വർഷങ്ങൾ കടന്നു പൊയ്ക്കൊണ്ടിരുന്നു. ഇളയമകളോടൊപ്പം ഉള്ള താമസം ഹിതമല്ലാതെവന്ന കാർത്തു മൂത്ത മകളോടൊപ്പവും പിന്നീട് മൂത്തമകനോടൊപ്പവും ഒടുവിൽ കുഞ്ഞിയോടൊപ്പവും താമസമാക്കി. സാർ ഇളയമകന്റെ കൂടെയാണ് താമസിച്ചിരുന്നത്.

കാർത്തുവിന് പണ്ടേ ചെവിക്ക് അല്പം കേൾവിക്കുറവുണ്ടായിരുന്നു. ആരോ വന്നു മൂത്ത മരുമകൻ എവിടെ എന്ന് ചോദിച്ചപ്പോൾ അത് പണ്ടേ തല്ലിയൂരി തട്ടുമ്പുറത്തിട്ടു എന്നാണത്രേ ഉത്തരം പറഞ്ഞത്. ഇന്നും എല്ലാവരും ഒരു തമാശയായി അതുകൊണ്ട് നടക്കുന്നു. കാലക്രമത്തിൽ കേൾവിക്കുറവ് കുറച്ചുകൂടി വർദ്ധിച്ചു. അതോടെ കാർത്തു ഒരു മൗനപ്രകൃതക്കാരിയായി ക്കഴിഞ്ഞിരുന്നു.

*

3

കാർത്തുവിന്റെ അനിയത്തി കുഞ്ഞുകൊച്ചിട്ടിയുടെ ഭർത്താവിന്റെ പെങ്ങൾ കുഞ്ഞിട്ടി 20 വയസ്സ് പ്രായവ്യത്യാസമുള്ള ഒരാളെയാണ് കല്യാണം കഴിച്ചത്. കുഞ്ഞിക്കുട്ടനുണ്ണി എന്നാണയാളുടെ പേര്. പ്രായം ഇശ്ശി ആയെങ്കിലും അതീവ സുന്ദരൻ. അദ്ദേഹത്തിന്റെ മൂന്നാമത്തെ കല്യാണമാണത്രേ ഇത്. ആദ്യ ഭാര്യ മരിച്ചുപോയി. രണ്ടാം ഭാര്യയെ ഉപേക്ഷിച്ചു. രണ്ടുപേരിലും ഓരോ പെൺകുട്ടികൾ വീതമുണ്ട്.

ഒരുദിവസം കുഞ്ഞിക്കുട്ടനുണ്ണി കുളിക്കാൻ പോയ സമയത്ത് മണിപ്പൂട്ട് കിലുങ്ങുന്ന ശബ്ദം കേട്ടത്രേ. പണ്ട് അലമാരകൾക്ക് പൂട്ടുകളിൽ തൊട്ടാൽ കിലുങ്ങുന്ന തരത്തിലുള്ള മണികൾ ഘടിപ്പിച്ചിരുന്നു. ദൂരെ ഇരുന്നാലും പൂട്ടു തുറക്കുമ്പോൾ കിലുക്കം കേൾക്കാം. ആ കുറ്റം ചുമത്തിയാണ് രണ്ടാം ഭാര്യയെ ഉപേക്ഷിച്ചതത്രെ.

കുഞ്ഞിട്ടി ഉയരം കുറഞ്ഞ് ഇരുനിറത്തിൽ മെലിഞ്ഞ ഒരു സ്ത്രീയായിരുന്നു. ദാരിദ്ര്യം നന്നേ അറിഞ്ഞിരുന്നവർ. മൂന്നാം കല്യാണം ആണെങ്കിലും, പ്രായാധിക്യം ഉണ്ടെങ്കിലും ആജാനുബാഹുവായ സുന്ദരകളേബരൻ കുഞ്ഞിട്ടിയെ ഹഠാദാകർഷിച്ചു. സുന്ദരൻമാരായ മക്കൾ ഉണ്ടാകുമല്ലോ എന്നതായിരുന്നു മറ്റൊരാകർഷണം എന്നവർ പിന്നീട് പറഞ്ഞിരുന്നു.

അവർ ആഗ്രഹിച്ചതുപോലെതന്നെ അതിസുന്ദരനും സുന്ദരിയുമായ രണ്ടു മക്കൾ രാഘവനും രാഗിണിയും. ആ ദാമ്പത്യം അധികകാലം നീണ്ടുനിന്നില്ല. വാർദ്ധക്യസഹജമായ രോഗം ബാധിച്ച് കുഞ്ഞിക്കുട്ടനുണ്ണി ഈ ലോകത്തോട് വിടപറഞ്ഞു.

ഭർത്താവിന്റെ മരണശേഷം കുട്ടികളുമായി അവർ വല്ലാതെ കഷ്ടപ്പെട്ടു. അന്നത്തെ കാലത്ത് ഭർത്താവ് മരിച്ചാൽ പിന്നെ ഭാര്യയ്ക്ക് ആ വീട്ടിൽ യാതൊരു അവകാശവും ഉണ്ടാവില്ല, വെറുംകയ്യോടെ പടിയിറങ്ങണം. ബുദ്ധിമതിയായ അവർ കുറെയൊക്കെ സമ്പാദ്യങ്ങൾ

കിഴികെട്ടിയും ഒളിപ്പിച്ചുമൊക്കെ കടത്തി. പക്ഷേ അത് എത്ര നാള ത്തേക്ക്? അവിടെ കാര്യമഠം എന്ന തെക്കേമഠത്തിന്റെ തന്നെ മേൽനോ ട്ടത്തിലുള്ള ഒരു വീട്ടിലേക്കാണ് അവർ എത്തിയത്.

എട്ടുവയസ്സായ രാഘവൻ അന്ന് പഠിക്കാൻ സൗകര്യം ഇല്ലാത്ത തിനാൽ കൊട്ടാരക്കരയിൽ ഒരു കുടുസുമുറിയിൽ തനിയെ വെച്ചുണ്ടാ ക്കി താമസിച്ചാണ് സ്കൂളിൽ പഠിച്ചത്.

തെക്കേമഠത്തിൽ കൊയ്തുമെതിക്കുന്ന നെല്ല് കാര്യമഠത്തിലാണ് സൂക്ഷിക്കാറ്. എല്ലാം നന്നായി ഉണക്കിയെടുത്ത ശേഷമാണ് പത്തായ ത്തിൽ നിറയ്ക്കാറ്. നെല്ലു കൂട്ടിയിട്ട് വട്ടം വരച്ചും പല അടയാളങ്ങ ളിട്ടും കുഞ്ഞിട്ടിയുടെ ആങ്ങള മടങ്ങും. അതിൽനിന്നും നെല്ലെടു ത്താൽ അറിയാൻ വേണ്ടിയാണ് ഇങ്ങനെ ചെയ്തിരുന്നത്. കുഞ്ഞിട്ടി മക്കളോടൊപ്പം ദാരിദ്ര്യം കൊണ്ട് നട്ടംതിരിയുന്ന സമയം. അതുകൊ ണ്ടുതന്നെ ആ ആങ്ങളയുടെ വട്ടം വരയ്ക്കലിന് പരിഹാരവും അവൾ കണ്ടുപിടിച്ചു. ആവശ്യത്തിനുള്ള നെല്ലെടുത്ത് മാറ്റിയതിനുശേഷം അതേപോലെ വട്ടവും അടയാളവും ഒക്കെ ഇട്ടുവച്ചു. അങ്ങനെ കള്ളനും പോലീസുമായി നാളുകൾ കടന്നു പോയി.

*

4

കാർത്തുവിന്റെ അമ്മ കൊച്ചുകല്യാണി ദത്തായി തെക്കേമഠത്തിൽ വന്നപ്പോൾ ഇളയസഹോദരനായ കൊച്ചുണ്ണിയും ഒപ്പം കൂട്ടിയിരുന്നു. അന്നുമുതൽ കൊച്ചുണ്ണിയുടെ സംരക്ഷണം കൊച്ചു കല്യാണിയാണ് നടത്തിയിരുന്നത്. അവൻ വളർന്നു വലുതായി.

കൊച്ചുണ്ണിയെക്കൊണ്ട് കുഞ്ഞിട്ടിയെ കല്യാണം കഴിപ്പിച്ചാലോ എന്നൊരു ആലോചന പൊങ്ങിവന്നു. ഒന്നുമില്ലെങ്കിലും സ്വത്ത് അന്യാധീനപ്പെടില്ലല്ലോ.

എണ്ണക്കറുപ്പിൽ ആജാനുബാഹുവായ ഒരാൾ. ചുവന്ന കണ്ണും എടുപ്പുള്ള തലയും, ഒറ്റനോട്ടത്തിൽ ഭയം തോന്നുന്ന ആകാരം. അതാണ് കൊച്ചുണ്ണി.

നാട്ടിൽ എല്ലാവർക്കും അദ്ദേഹത്തെ ഭയമാണ്. എന്തും ചെയ്യുന്ന പ്രകൃതം. എതിർത്തു പറഞ്ഞാൽ ഒറ്റ തൊഴിക്കു കാലപുരിക്കയയ്ക്കുന്ന സ്വഭാവം.

നാട്ടിൽ പല സ്ത്രീകളുമായി അവിഹിത ബന്ധമുണ്ടെന്നും അതിൽ കുട്ടികൾ ഉണ്ടെന്നും നാട്ടിലെ സംസാരം. വാരിക്കോരിക്കൊടുക്കുന്ന സ്വഭാവം ഉള്ളതുകൊണ്ട് ആർക്കും ഒരു പരാതിയും ഉണ്ടായിരുന്നില്ല. അദ്ദേഹം ഇരിക്കുന്ന മുൻവശത്തുകൂടി പാത്തും പതുങ്ങിയുമാണ് കുട്ടികൾ അകവശത്തേക്ക് പോവുക. എല്ലാവരും പഞ്ചപുച്ഛമടക്കിയാണ് അദ്ദേഹത്തിന്റെ മുന്നിൽ നിൽക്കാറ്.

തന്റെയും കുട്ടികളുടെയും സുരക്ഷയ്ക്ക് കൊച്ചുണ്ണിയാണ് പറ്റിയ ആൾ എന്ന് കുഞ്ഞിട്ടി മനസ്സിലുറച്ചു. അങ്ങനെ ആ കല്യാണം നടന്നു. അതിൽ രണ്ടു കുട്ടികളും ഉണ്ടായി.

*

5

രാഘവനും കുഞ്ഞിയും സമകാലികരും സഹപാഠികളും ആയിരുന്നു. രാഘവൻ സുന്ദരനും സുമുഖനും കണ്ടാൽ രണ്ടാമത് ഒന്നുകൂടി നോക്കിപ്പോകുന്ന ശരീരപ്രകൃതിയുള്ളവനും ആയിരുന്നു. ചുരുണ്ട മുടിയും നല്ല വെളുത്തു ചുവന്ന നിറവും നല്ല ഉയരവും ഉള്ള വ്യക്തി.

കുഞ്ഞിയുടെയും രാഘവന്റെയും പ്രേമവിവാഹം ആയിരുന്നത്രെ. രാഘവൻ കുഞ്ഞിയിൽ കണ്ട സൗന്ദര്യം ഇന്നും ഒരു ചോദ്യചിഹ്നമായി നിൽക്കുന്നു.

ഉയരം കുറഞ്ഞ് കറുത്ത് ഒട്ടും സൗന്ദര്യമില്ലാത്ത വ്യക്തിയാണ് കുഞ്ഞി. പ്രേമത്തിന് കണ്ണില്ല മൂക്കുമില്ല എന്നതിന് ഉത്തമ ഉദാഹരണമാണ് ഇവരുടെ പ്രേമം. ഈ രാഘവന് എങ്ങനെയാണാവോ കുഞ്ഞിയെ ഇഷ്ടപ്പെട്ടത് എന്ന പലരുടെയും ചോദ്യത്തിന് ലജ്ജയിൽ പൊതിഞ്ഞ ഒരു ചെറുചിരിയാണ് കുഞ്ഞിയുടെ മറുപടി.

വയലേലകളുടെ താഴത്തെ അറ്റത്തുനിന്നും വരുന്നത് കണ്ടാൽ ഉദിച്ചുയരുന്ന സൂര്യനെ പോലെ ആണ് രാഘവൻ എന്നത് കുഞ്ഞിയുടെ ഭാഷ്യം. ഇത് കേട്ട് കുട്ടികൾ ഊറി ചിരിക്കും. കുട്ടികൾ പ്രായമായപ്പോൾ ഈ വാചകം വെച്ച് കുഞ്ഞിയെ ട്രോളുമായിരുന്നു. കുഞ്ഞി എപ്പോഴും ഭർത്താവിനെ ഉയർത്തിപ്പിടിച്ചു മാത്രമേ സംസാരിക്കുകയുള്ളൂ. ഇതുതന്നെയാവാം ഒരു പക്ഷേ അവരുടെ കുടുംബജീവിതത്തിന്റെ വിജയരഹസ്യവും.

കുഞ്ഞി തികഞ്ഞ കാര്യപ്രാപ്തിയുള്ള ഒരു സ്ത്രീയായിരുന്നു. ആഭിജാത്യം കുശലത ആത്മധൈര്യം ഇവയൊക്കെ അവളുടെ കൂടെപ്പിറപ്പായിരുന്നു. എന്തു കാര്യവും ധൈര്യമായി ചെയ്യും. എന്തിനും തീരുമാനമെടുക്കും. ആരെയും പാട്ടിലാക്കാനും വൈരാഗ്യം മനസ്സിലൊളിപ്പിച്ചു വയ്ക്കാനും മിടുക്കി. സഹായിക്കേണ്ടിടത്ത് കൈ അയച്ചു സഹായിക്കുന്ന സാധ്വി. ഇതു തന്നെയായിരിക്കാം രാഘവൻ കുഞ്ഞിയിൽ കണ്ട സൗന്ദര്യവും.

രാഘവന്റെ അമ്മയ്ക്ക് കുഞ്ഞിയെ ഒട്ടും പിടിച്ചില്ല. സുന്ദരനായ തന്റെ മകൻ ഛെ, അവർ കലമ്പി. എങ്കിലും പുടവകൊടുക്കൽ നടന്നു.

കുഞ്ഞി ഭർത്താവിനൊപ്പം കാര്യമഠത്തിൽ താമസമാക്കി. കാര്യമഠത്തിന്റെ ഉത്ഭവത്തെപ്പറ്റി ആർക്കും വലിയ നിശ്ചയമൊന്നുമില്ല. പരന്നുകിടക്കുന്ന വലിയ മൂന്നു വീടുകൾ ഉൾപ്പെട്ടതാണ് കാര്യമഠം. പുറകിലായി പിന്നീട് ചേർത്തുവെച്ചതുപോലെ അടുക്കളയും രണ്ടു മുറികളും വരാന്തയും ഉൾപ്പെടുന്ന മറ്റൊരു വീട്. മുൻവശത്ത് വിശാലമായ മുറ്റം. അതിന് ഇരുവശങ്ങളിലായി ഇടതുഭാഗത്ത് മൂന്ന് വിശാലമായ മുറികളും നീണ്ട ഒരു വരാന്തയും. എല്ലാം വലിയ വലിയ തടികൾ കൊണ്ടുള്ള പണികൾ. കൊത്തുപണികളുള്ള നല്ല കനമുള്ള, തുറക്കുമ്പോഴുമടയ്ക്കുമ്പോഴും കിർ.... എന്നു ശബ്ദിക്കുന്നകതകുകൾ. എല്ലാ മുറികളും ഇരുട്ടറകളിൽ പോലെ ഇരുൾമൂടി കിടക്കുന്നു. അവയിൽ കയറിയാൽ പേടി തോന്നും. കഴുക്കോലും പട്ടികകളും എല്ലാം വലിയ വലിപ്പത്തിലുള്ള തടികൾ കൊണ്ടുള്ള വയാണ്. എല്ലാ കെട്ടിടങ്ങളും ഓലമേഞ്ഞവയാണ്.

മുറ്റത്തിന്റെ വലതുവശത്തായി അറയും നിരയുമുള്ള ഒരു കെട്ടിടമാണ്. കൂടെ രണ്ടു മുറികളും സാമാന്യം വലിപ്പത്തിലുള്ള 4 തടി തൂണുകളുള്ള വിസ്താരമേറിയ ഒരു പോർട്ടിക്കോയും രണ്ടു വശത്തായി എൽ ഷേപ്പിൽ വലിയ വരാന്തയും ഉണ്ട്. അതും ഓല മേഞ്ഞതു തന്നെ.

പോർട്ടിക്കോയിൽ ഒരു ചാരുകസേരയിലാണ് എപ്പോഴും കൊച്ചുണ്ണി ഇരിക്കാറ്. അറയിൽ ആരും അങ്ങനെ കയറാറില്ല. എന്തൊക്കെയോ നിഗൂഢതകൾ ഒളിഞ്ഞിരിക്കുന്ന ഒരിടം പോലെയാണ് അറ. അതിനുള്ളിൽ കയറിയാൽ ഒരു പീഠം കാണാം. അതിൽ കയറിനിന്നാൽ ഒരു കിളിവാതിലിൽക്കൂടി മുൻവശത്ത് നടക്കുന്ന കാര്യങ്ങളൊക്കെ കാണാൻ കഴിയും. അതിനകത്ത് ഒരു ഭാഗത്തായി പുസ്തകങ്ങൾ വരിവരിയായി അടുക്കി വച്ചിരിക്കുന്നു. എന്തോ വേദങ്ങളും മന്ത്രതന്ത്രങ്ങളും ഒക്കെയാണ് അത് എന്നാണ് കുഞ്ഞി പറയുന്നത്. ഒരു ദിവസം കുഞ്ഞി ആ അറയിൽ കയറി പുസ്തകങ്ങൾ മറിച്ചു നോക്കിയപ്പോൾ കുഞ്ഞിട്ടി ശാസിച്ചത്രേ. മേലിൽ അറയിൽ കയറരുതെന്നും ആ പുസ്തകങ്ങൾ നോക്കരുതെന്നും പറഞ്ഞത്രേ. അവിടെ വലിയ വലിയ മന്ത്രവാദങ്ങൾ ഒക്കെ നടത്തിയിരുന്നെന്നും പോയ പുലിയെ മന്ത്രത്താൽ തിരിച്ചുവരുത്തി കൂട്ടിൽക്കയറ്റി വെടിവെച്ചിട്ടുണ്ടെന്നും കടിച്ച പാമ്പിനെ തിരിച്ചുവരുത്തി വിഷമിറക്കിച്ചിട്ടുണ്ടെന്നുമൊക്കെയാണ് ശ്രുതി. എന്തായാലും കുഞ്ഞുട്ടിയും മകളും കൊതിയ്ക്ക് കുരുമുളകും ഉപ്പും മുളകുകൊടിയിലയിൽ എടുത്ത് ഓതി കൊടുക്കുന്നത് കുഞ്ഞി കണ്ടിട്ടുണ്ടത്രേ. കാലക്രമത്തിൽ ഈ മൂന്നു വീടുകളും പൊളിക്കുകയും പുതിയ വീട് വെക്കുകയും ചെയ്തു.

*

6

കൗശലക്കാരിയായ അമ്മായിയമ്മയെ അതിലും കൗശലത്തോടെ കുഞ്ഞി കൈയിലെടുത്തു എന്നതാണ് പരമാർത്ഥം. പിന്നീടങ്ങോട്ട് കുഞ്ഞിയോട് ചോദിച്ചിട്ടേ കുഞ്ഞുട്ടി എന്തും ചെയ്യു എന്നുവരെയായി.

സ്വന്തം വീട്ടിലെ അടുക്കളയുടെ പാതാമ്പുറം ശരിക്കും കണ്ടിട്ടില്ലാത്ത കുഞ്ഞി കാര്യമഠത്തിലെ അടുക്കള കയ്യാളുകയായിരുന്നു.

കുഞ്ഞിയുടെ വീട്ടിൽ പണിക്കാരും വീട്ടുകാരുമായി ഒരുപാട് ആളുകൾ ഉണ്ടായിരുന്നു. അവർക്കെല്ലാം വെച്ചുവിളമ്പണം. അതും ഉച്ചയ്ക്ക് വിഭവസമൃദ്ധമായി. അവിയൽ സാമ്പാർ തോരൻ പപ്പടം ഇങ്ങനെ പലതരം കറികൾ.

ഇതിൽ അരപ്പിന്റെ കാര്യം എപ്പോഴും കുഞ്ഞിയാണ് കൈകാര്യം ചെയ്യാറ്. അരയ്ക്കാൻ ഉള്ള തേങ്ങ തിരുമ്മി ഒരു വലിയ പരന്ന പാത്രത്തിൽ പല കൂട്ടമായി ഭാഗിച്ചു വയ്ക്കും. മുളക് ചുവന്നുള്ളി വെളുത്തുള്ളി ജീരകം മഞ്ഞൾ ഇങ്ങനെ അതിനുവേണ്ട പലവ്യഞ്ജനങ്ങൾ ഓരോ കൂട്ടത്തിലും വെച്ച് പാത്രം വെളിനിലേക്കുള്ള പടിയുടെ പുറത്ത് വയ്ക്കും. പിന്നെയുള്ള പണി കുഞ്ഞിയുടേതാണ്. ഓരോ കറിയുമായി അരച്ചും ചതച്ചും മാറ്റിമാറ്റി പാത്രത്തിലാക്കി അടുക്കളപ്പടിയുടെ അകത്തേക്ക് വച്ച് ഒറ്റ നിരക്കലാണ്. അതോടുകൂടി കുഞ്ഞിയുടെ അടുക്കളപ്പണി കഴിഞ്ഞു. പിന്നെങ്ങനെയാണ് പാതാമ്പുറം കാണുക? പാചകം എല്ലാം കുഞ്ഞിയുടെ ചേച്ചിയുടെ ഡിപ്പാർട്ടുമെന്റാണ്. വിളമ്പുന്നത് എപ്പോഴും കാർത്തുവാണ്. അത് നിർബന്ധവുമാണ്. പ്രായമായപ്പോൾ കൈവിറയൽ തുടങ്ങി. എന്നാലും വിളമ്പലിൽ നിന്നും മാറിനിൽക്കുന്നില്ല. വലിയ കലത്തിൽ നിന്നും വലിയ ചിരട്ടത്തവികൊണ്ട് ആവിപറക്കുന്ന കഞ്ഞി കോരുന്നത് കാണാൻ തന്നെ നല്ല രസമാണ്.

അവിടെ എല്ലായിടത്തും മാവും പ്ലാവും പറങ്കിമാവും ഒക്കെ ധാരാളമായി കാണാം. അവയ്ക്കൊന്നും കാര്യമായ വിലയൊന്നും ഇല്ല. ആരും വിൽക്കാനായി നടക്കുന്നുമില്ല.

പറങ്കിയണ്ടി ചുട്ടുതല്ലിയും പരിപ്പെടുത്ത് പഞ്ചസാര പാവ് കാച്ചി

യും ഉപയോഗിക്കുന്നു. ചുട്ടുതല്ലിയെടുക്കുന്ന പറങ്കിയണ്ടി ഇ പ്പോൾ നമുക്ക് കിട്ടുന്നതിലും വളരെ രുചികരമാണ്. പച്ചയണ്ടി കീറി അവിയ ലിൽ ഇടുന്ന പതിവുമുണ്ട്.

പറങ്കിയണ്ടി കലത്തിൽ ഇട്ടാുപ്പിൽവെച്ച് വറുത്തെടുക്കുന്ന ഒരു രീതിയും ഉണ്ട്. അതിൽ ഊറുന്ന എണ്ണ കാലിൽ വളംകടി വരാതിരി ക്കാൻ ഉത്തമമാണ്. വറുത്ത പറങ്കിയണ്ടി കല്ലുകൊണ്ട് തല്ലി പൊളിച്ച ടുക്കുന്നു.

പറങ്കിയണ്ടി നിലത്തു നിരത്തിയിട്ട് പുറമേ ചൂട്ടു കത്തിച്ചുവെച്ച് ഒരു വശം കരിയുമ്പോൾ അവ തിരിച്ചിട്ടു വീണ്ടും ചൂട്ടു കത്തിച്ചു വച്ച് കരിച്ചെടുക്കുന്ന ഒരു രീതിയും ഉണ്ട്. സാധാരണ നിലത്തിട്ട് ചുട്ടെടുക്കാറാണ് പതിവ്. അതിനുശേഷം ഇവ മണ്ണിനടിയിൽ ഇടുന്നു. തണുക്കുമ്പോൾ ഇതിന്റെ ഒരു വശത്ത് പിടിച്ച് മറ്റേ വശം കല്ലുകൊണ്ട് ഇടിച്ചു പൊളിച്ചു പരിപ്പെടുക്കുന്നു.

കുഞ്ഞി തറയിലിട്ടു ചുട്ടെടുക്കുന്നവ മിക്കതും കരിഞ്ഞുപോകും. എന്നാലും തോൽവി സമ്മതിക്കില്ല. വളരെ ശ്രദ്ധാപൂർവം അതിൽ നിന്നും മുഴുത്തതെല്ലാം പെറുക്കിയെടുത്തു രാഘവന്റെ അമ്മയ്ക്കായി കൊടുക്കും. അവനു കൊടുത്തോടീ എന്ന് ചോദിച്ചാൽ മുഴുത്തതെല്ലാം എടുത്തു വച്ചിട്ടുണ്ട് എന്നാവും മറുപടി. രാഘവൻ വരുമ്പോൾ കരി ഞ്ഞതും പൊടിഞ്ഞതും ആയിട്ടുള്ളത് കൊടുത്തു തൃപ്തിപ്പെടുത്തും. അമ്മയോട് പറയല്ലേ എന്നൊരു താക്കീതും.

രാഘവൻ വലിയ മുൻകോപി ആണെന്നാണ് പറയുന്നത്. പക്ഷേ കുഞ്ഞിയുടെ മുൻപിൽ സൗമ്യനും സ്നേഹസമ്പന്നനും ആണ്. അവി ടെ ദേഷ്യം വരും, അവിടെ അറിയണ്ട ഞാൻ പറഞ്ഞുനോക്കട്ടെ എന്നൊക്കെ പറഞ്ഞു ഭർത്താവിനെ ഒരു ക്രൂരനായിട്ടാണ് കുട്ടികൾക്ക് ചിത്രീകരിച്ചു കൊടുക്കുക. അതുകൊണ്ടുതന്നെ കുട്ടികൾക്ക് അച്ഛനെ ഭയമായിരുന്നു.

ഭർത്താവിന്റെ വീട്ടിൽ താമസിച്ചിരുന്ന സമയത്ത് കുഞ്ഞിക്ക് ഭ്രാന്തൻ ജ്വരം പിടിപെട്ടു. ഇപ്പോഴത്തെ ടൈഫോയ്ഡ് ആയിരിക്കും. അന്ന് ചികിത്സാസൗകര്യങ്ങൾ പ്രത്യേകിച്ച് നാട്ടിൻപുറങ്ങളിൽ തുലോം കുറവായിരുന്നു. ബോധം നശിച്ചപ്പോൾ കരിങ്കോഴിയെ അറുത്ത് രക്തം നിറുകയിൽ ഒഴിച്ചാണത്രേ ബോധം തെളിയിച്ചത്. ബോധക്കേടിനിടയിൽ മരുന്ന് കൊടുത്ത രാഘവന്റെ കൈ കടിച്ചുമുറിച്ചു. രാഘവനാണ് എന്ന് മനസ്സിലായപ്പോൾ കുഞ്ഞി സ്വയം കൈ കടിച്ചുമുറിച്ചത്രേ. അസുഖത്തോടനുബന്ധിച്ച് വീട്ടിൽ വന്ന കുഞ്ഞി പിന്നീട് തിരിച്ചു പോയില്ല.

*

7

കുഞ്ഞിയുടെ വീട്ടിലെ താമസം രാഘവന് അത്ര പഥ്യമായിരുന്നില്ല. ഒരു കള്ളനെപ്പോലെ നേരം വെളുക്കുന്നതിനുമുമ്പ് പിൻവാതിലിൽക്കൂടിപ്പോയി രാത്രി ഇരുട്ടിന്റെ മറവിൽ ആ വാതിലിൽക്കൂടിത്തന്നെ തിരിച്ചുവരിക എന്നത് ഒരു ദിനചര്യയായി മാറിയിരുന്നു അയാൾക്ക്.

ഇരുവരുടെയും വീടുകൾ പരന്നുകിടക്കുന്ന വയലേലകൾക്കപ്പുറവും ഇപ്പുറവുമായിരുന്നു. സഹോദരീസഹോദരന്മാർ ആയിരുന്നെങ്കിലും മാനസികമായി അത്ര അടുപ്പത്തിലായിരുന്നില്ല.

രാഘവന്റെ ഭാര്യവീട്ടിലെ ഈ അരക്ഷിതാവസ്ഥ അവളെ വല്ലാതെ അലട്ടുന്നുണ്ടായിരുന്നു. അവിടെനിന്നും താമസം മാറണമെന്ന് ആഗ്രഹം കൂടിക്കൂടി വന്നു.

ആ വീടിന് കുറച്ചു പടിഞ്ഞാറായി തെക്കേമഠം വകയായി മൈനാമൺ എന്നപേരിൽ വിശാലമായ ഒരു പറമ്പുണ്ട്. കാലക്രമത്തിൽ ആ ഭാഗം മുഴുവനും മൈനാമൺ എന്ന പേരിൽ അറിയ പ്പെടാൻ തുടങ്ങി. അതിനെ പറമ്പ് എന്നു പറയാൻ പറ്റില്ല, ഒരു ചെറിയ വനപ്രദേശം. പുലി ഇറങ്ങിയിട്ടുള്ള സ്ഥലമാണത്രേ. വാഴ, ചേന, കാച്ചിൽ, കിഴങ്ങ് തുടങ്ങി അല്ലറചില്ലറ കൃഷികളൊക്കെ അവിടെ ചെയ് തു വന്നിരുന്നു. കൂടാതെ മാവ്, പ്ലാവ്, തെങ്ങ്, പറങ്കിമാവ് തുടങ്ങിയ വന്യം കാട്ടുമരങ്ങളും ഇടതൂർന്ന് വളർന്നുനിന്നിരുന്ന ഒരു സ്ഥലമായിരുന്നു അത്. വളം ഒന്നും ഇട്ടില്ലെങ്കിലും നല്ല ഫലഭൂയിഷ്ഠമായ സ്ഥല മാകയാൽ നല്ല വിളവും കിട്ടിയിരുന്നു.

കാർഷികവിഭവങ്ങൾ ശേഖരിച്ചുവയ്ക്കാനായി ഓലമേഞ്ഞ ഒരു ചെറിയപുര അവിടെ കെട്ടിയിരുന്നു. ആ പുരയിലേക്ക് മാറിയാലോ എന്ന് കുഞ്ഞി ആഗ്രഹം പ്രകടിപ്പിച്ചു.

എൽ ഷേപ്പിലുള്ള ഒരു ചെറിയ വീട്. പൂമുഖം (മുൻവശത്തെ മുറിയെ പൂമുഖം എന്നാണ് പറയാറ്.) പുറകിൽ ഒരു കുടുസ്സുമുറിയും

പിന്നെ ഒരു മുറിയും അതോടു ചേർന്ന് എൽ ഷേപ്പിൽ ഒരു തിണ്ണയും. പൂമുഖം ഒഴികെ എല്ലായിടവും ചാണകം മെഴുകിയിരുന്നു. മുൻവശത്തെ വാതിലിൽക്കൂടി തേങ്ങ വലിച്ചെറിയുന്നത് കാരണം സിമൻറ് എല്ലാം പൊട്ടി പൊളിഞ്ഞു കിടന്നിരുന്നു. മുറികളുടെ ഭിത്തി കരിങ്കല്ലിൽ ചില ചിത്രപണികളോടെ പണിതതായിരുന്നു. ഇപ്പോഴും അത് അങ്ങനെതന്നെ നിലനിർത്തിയിരിക്കുന്നു.

പണ്ടുവന്ന ജ്വരത്തെതുടർന്ന് കുഞ്ഞിക്ക് കുട്ടികളുണ്ടാകാൻ സാധ്യത കുറവാണെന്ന് ഡോക്ടർമാർ അഭിപ്രായപ്പെട്ടിരുന്നു. ഏതാണ്ട് പത്തുവർഷം കഴിഞ്ഞാണ് ഒരാൺകുട്ടി ജനിച്ചത്. ദിവസങ്ങൾക്കകം കുട്ടി മരിക്കുകയും ചെയ്തു. അതിനുശേഷം രണ്ടു പെൺകുട്ടികൾ ഉണ്ടായി. അനുവും രാഗിയും. വർഷങ്ങൾക്കുശേഷം മൂന്ന് ആൺകുട്ടികൾ ജനിക്കുകയും അകാലത്തിൽ മരിക്കുകയും ചെയ്തു. അനുവിന് പതിനൊന്നു വയസ്സും രാഗിക്ക് എട്ടു വയസ്സുമുള്ളപ്പോൾ കുഞ്ഞി ഇരട്ടക്കുട്ടികൾക്ക് ജന്മം നൽകി. രാജുവും അനിയനും. കയ്യും കാലും മെലിഞ്ഞ് പല്ലിക്കുഞ്ഞുങ്ങളെപ്പോലെ. നാല് ആൺകുട്ടികൾ മരിച്ചതി

നുശേഷം കിട്ടിയ ഇവർ വീട്ടിലേക്ക് സന്തോഷം കൊണ്ടുവരികയായിരുന്നു. തനിക്ക് ശേഷക്രിയ ചെയ്യാൻ ആളില്ലെന്ന് രാഘവന്റെ വേവലാതി അങ്ങനെ അവസാനിച്ചു.

അനു ജനിച്ചു മൂന്നുമാസം കഴിഞ്ഞപ്പോൾ കുഞ്ഞിക്ക് വൻകുടലിൽ ക്ഷയരോഗബാധ ഉണ്ടായി. തിരുവനന്തപുരത്ത് താമസമാക്കിയിരുന്ന കുഞ്ഞിയുടെ ആങ്ങള കുട്ടിയെ വീട്ടിലാക്കി കുഞ്ഞിയെ വിദഗ്ധചികിത്സയ്ക്കായി അവിടേക്ക് കൊണ്ടുപോയി. ഇതറിഞ്ഞ രാഘവൻ വീട്ടിലെത്തി കുട്ടിയുമായി തിരുവനന്തപുരത്തിനു പോയെങ്കിലും പകരും എന്ന ഭീതി ഉള്ളതുകൊണ്ട് കുട്ടിയെ അങ്ങോട്ട് അടുപ്പിച്ചില്ല. അങ്ങനെ തിരിച്ചുപോരേണ്ടിവന്നു. അന്ന് ക്ഷയരോഗം ഒരു ഭയപ്പെടേണ്ട രോഗമായിരുന്നു. രോഗത്തിന്റെ സത്യാവസ്ഥ അറിഞ്ഞാൽ കുഞ്ഞിയെ ഉപേക്ഷിക്കുമോ എന്ന ഭയത്താൽ ആങ്ങള രാഘവനോട് സത്യം പറഞ്ഞതുമില്ല. നാലുമാസം കഴിഞ്ഞാണ് കുഞ്ഞി തിരികെ വീട്ടിൽ എത്തിയത്. അതുവരെ കുഞ്ഞിയുടെ അനുജത്തിയാണ് കുട്ടിയെ നോക്കിയത്.

രാഗിക്ക് ഒന്നരവയസ്സായപ്പോൾ മൈനാമണ്ണിലെ വീട്ടിലേക്ക് അവർ താമസം മാറ്റി.

രാഘവന് അന്ന് ആരുവാമൊഴിയിലായിരുന്നു ജോലി. എക്സൈസ് ഡിപ്പാർട്ട്മെൻറിൽ ജോലിക്ക് കയറിയ സമയമായിരുന്നു അത്. ഒന്നോ രണ്ടോ മാസം കൂടുമ്പോൾ മാത്രമേ രാഘവൻ വീട്ടിലെത്തിയിരുന്നുള്ളു. വീട്ടിൽ കുഞ്ഞിയും കുട്ടികളും അവർക്കു കൂട്ടായി ഒരു പന്ത്രണ്ട് വയസ്സുകാരിയും. വൈകിട്ട് ആറുമണിക്ക് കതകിനു കുറ്റിയിട്ടാൽ അത് തുറക്കണമെങ്കിൽ രാവിലെ 6 മണി ആകണം. അല്ലാതെ എന്തുശബ്ദം കേട്ടാലും കോലാഹലമുണ്ടായാലും കുഞ്ഞി കതകുതുറക്കാറില്ല. അത്ര അടച്ചുറപ്പുള്ള കതകൊന്നുമല്ലെങ്കിലും കതകാണല്ലോ.

*

8

രാഘവനും കുഞ്ഞിയും മുൻവശത്തു പൂമുഖത്താണ് കിടക്കുന്നത്. കുട്ടികൾ കുടുസുമുറിയിലും. അവിടെ വെച്ചിരിക്കുന്ന പെട്ടികളുടെ മുകളിലാണ് പഠിക്കാനുള്ള പുസ്തകവും മറ്റും അടുക്കി വച്ചിരിക്കുന്നത്. കൊയ്ത്തും മെതിയും ഉള്ളപ്പോൾ ഈ മുറിയിലാണ് നെല്ല് കൂട്ടിയിടുക. അതുനിരത്തി അതിനുപുറത്തു പായവിരിച്ചാണ് കുട്ടികൾ കിടക്കുക. ആ മുറിയുടെ വലതുവശം ചേർന്ന് ഒരു മുറിയുണ്ട്, അതാണ് പണിക്കാരികൾ ഉപയോഗിക്കുക. നെല്ലുണക്കി സൂക്ഷിക്കുവാനുള്ള ഒരു പത്തായവുമുണ്ടവിടെ. നെല്ലുകുത്തുന്നതും ഈ മുറിയിലാണ്. അടുക്കള ആവശ്യത്തിന് അവിടെ ഒരു ചായ്പ്പ് ഇറക്കിയിട്ടുണ്ട്.

നെല്ലു കുത്തുന്നിടത്ത് വൃത്താകാരത്തിൽ ഒരു കുഴി രൂപപ്പെട്ടിരിക്കുന്നു. അവിടെ തറയിൽ നെല്ലിട്ട് രണ്ടോമൂന്നോ പേർ ഉലക്കകൊണ്ട് അമ്മാനമാടുന്ന പോലെ രണ്ടുകൈയും എടുത്തു മാറിമാറി കു ത്തും. നെല്ലിന്റെ ഉമി കളയാനാണ് ഇങ്ങനെ ചെയ്യുന്നത്. പിന്നീട് മുറത്തിൽ ഇട്ടു പാറ്റി കളഞ്ഞതിനുശേഷം ഉരലിലിട്ട് ഉലക്കകൊണ്ട് മുൻപ് പറഞ്ഞതുപോലെ തന്നെ കുത്തുന്നു. ഇതിന് അരി അവയ്ക്കുക എന്നാണ് പറയുന്നത്. തവിട് കളയാൻ വേണ്ടിയാണ് ഇങ്ങനെ ചെയ്യുന്നത്. അതിനുശേഷം മുറത്തിലിട്ടു പാറ്റിയും കൊഴിച്ചും കുടഞ്ഞിറക്കിയും അരി തരംതിരിക്കുന്നു. അവരുടെ ഈ പ്രയത്നം കണ്ടാൽ ഇപ്പോഴുള്ള യോഗയ്ക്ക് പകരമാണ് എന്ന് തോന്നിപ്പോകും.

ഉലക്ക രണ്ടര മീറ്റർ നീളത്തിൽ വണ്ണം കുറച്ച് തടിയിൽ കടഞ്ഞെടുത്ത ഒരു ദണ്ഡാണ്. ഇതിന്റെ ഇരുവശത്തും വൃത്താകൃതിയിൽ ഇരുമ്പുപൂണുകൾ ഉറപ്പിച്ചിരിക്കും. ഒന്ന് അടഞ്ഞ പൂണും മറ്റേത് തുറന്ന പൂണുമാണ്. തുറന്ന പൂണ് നെല്ലു കുത്താനും അരി അവയ്ക്കാനും അടഞ്ഞ പൂണ് മുളക്, മല്ലി, അരി മുതലായവ പൊടിക്കാനുമാണ് ഉപയോഗിക്കുന്നത്.

രാഘവൻ ചെറുതിലേതന്നെ എല്ലാ പണികളും വശമാക്കിയി

രുന്നു. അടുക്കളപ്പണികൾ പാറ്റൽ കൊഴിക്കൽ കൊടഞ്ഞിറക്കൽ അങ്ങനെയെല്ലാം. പാറ്റുന്നത് ഉമി കളയാനും കൊഴിക്കുന്നത് ചെറിയ അരി വേർപെടുത്താനും കുടഞ്ഞിറക്കുന്നത് വലിയ അരി വേർതിരിക്കാനുമാണ്. നെല്ല് മിഷ്യനിൽ കുത്താൻ തുടങ്ങിയതിനുശേഷം അതിന്റെ ബാക്കി പണിയെല്ലാം രാഘവനാണ് ചെയ്തിരുന്നത്. കുഞ്ഞിക്ക് അതൊന്നും ഒട്ടും വശമില്ലായിരുന്നു. അതുകൊണ്ടുതന്നെ ചെറിയ കുട്ടികളായിരിക്കുമ്പോൾത്തന്നെ തന്റെ മക്കൾക്ക് ചെറിയ മുറം വാങ്ങിക്കൊടുത്തിരുന്നു, മണൽ വാരി പാറ്റി പഠിക്കാൻ . ചായ്പ്പിൽ പാകംചെയ്യുന്ന ഭക്ഷണം മുൻവശത്തെ തിണ്ണയിലിരുന്നാണ് കഴിക്കാറ്. രാഘവൻ മാത്രം പൂമുഖത്തും.

ഓലമേഞ്ഞ വീടായതിനാൽ എല്ലാവർഷവും പുതുക്കി മേയേണ്ടി വരും. അതിനു ചില തയ്യാറെടുപ്പുകളും ഉണ്ട്. പഴയ ഓലകൾ എല്ലാം അഴിച്ചുമാറ്റി ചിലന്തിവല ഒക്കെ അടിച്ചു വൃത്തിയാക്കിയിട്ടാണ് പുതിയ ഓല മേയുന്നത്.

പുതിയ ഓല മെടയുന്നതുതന്നെ ഒരു വലിയ പ്രക്രിയയാണ്.

ആ കാലത്ത് തെങ്ങുകളിൽ കയറുന്നതും തേങ്ങാ വെട്ടിയിടുന്നതും ഒരു പ്രത്യേക വിഭാഗക്കാരായിരുന്നു. ഓരോ നാല്പതു ദിവസം കഴിയുമ്പോഴും വിളിക്കാതെ തന്നെ അവർ വന്ന് തെങ്ങുകയറും. അവരെ തണ്ടാപ്പണിക്കന്മാർ എന്നാണ് വിളിച്ചിരുന്നത്. തെങ്ങുകയറിയാൽ വിളഞ്ഞ തേങ്ങാക്കുലകളും മൂപ്പായ ഓലകളും വെട്ടിയിടും. അതിനൊപ്പം ആളെണ്ണി കരിക്കും ഇട്ടുതരുന്നു.

വെട്ടിയ ഓലകൾ ഒന്നിനു മുകളിൽ ഒന്നായി അടുക്കിയിടും. പത്തുപതിനഞ്ച് ദിവസമാകുമ്പോഴേക്കും ഒരുവിധം വാടി അത് ഉണങ്ങിയിരിക്കും. തെങ്ങ് കയറുന്നവർതന്നെയാണ് ഓല കീറിയെടുക്കുക.

ഓലയുടെ രണ്ടറ്റത്തും മെടയാൻപറ്റാത്ത ചെറിയ ഓലകൾ ആണുണ്ടാവുക. തുഞ്ചാണി ഭാഗവും കവളൻമടലിന്റെ ഭാഗവും ഓലയിൽ നിന്നും വെട്ടിമാറ്റുന്നു. ഓലമടലിന്റെ ഉൾഭാഗത്ത് വെട്ടിയെടുത്ത ഭാഗം മുതൽ തുഞ്ചാണിയുടെ ഭാഗംവരെ വലിച്ചുകീറി എടുക്കാ വുന്ന ഒരുഭാഗം ഉണ്ട്, അതിന് വഴുക എന്നാണ് പറയുന്നത്. അത് വള്ളിപോലെ കെട്ടുന്നതിനും മറ്റും ഉപയോഗിക്കാവുന്നതാണ്. അത് കീറി മാറ്റിയാൽ മടലിന്റെഭാഗത്തുനിന്നും തുഞ്ചാണിഭാഗം വരെ ഓല രണ്ടായി കീറിയെടുക്കുന്നു. അതോടെ മടലിന്റെ കനം കുറയുന്നു. അങ്ങനെ കീറിയെടുത്ത് ഓലകൾ തറയിൽ ഒരുഭാഗത്ത് ഒന്നിനു മുകളിൽ ഒന്നായി അടുക്കിവയ്ക്കുന്നു. പത്തെണ്ണം വീതം അങ്ങനെ അടുക്കി

വെച്ച് വഴുകയിട്ട് കൂട്ടിക്കെട്ടുന്നു. തുഞ്ചാണി അറ്റംവരെ വഴു കയിട്ട് കെട്ടിവെക്കുന്ന ഓലക്കെട്ട് മതിലിലോ മരത്തിന്മേലോ ചാരി വയ്ക്കുന്നു. ഇത് ആവശ്യക്കാർ പണം കൊടുത്ത് വാങ്ങിക്കൊണ്ടുപോകും. വെട്ടി മാറ്റിയ തുഞ്ചാണി വഴുകകൊണ്ട് തന്നെ കൂട്ടിക്കെട്ടി ചൂൽ ആക്കി മാറ്റുന്നു.

കെട്ടിവെച്ച ഓലക്കെട്ട് തോടുകളിൽ തടയണ കെട്ടി അവിടെ കുതിർക്കാൻ ഇടുന്നു. അത് വെള്ളത്തിൽ താഴ്ന്നുകിടക്കാനായി മുകളിൽ കല്ലോ മറ്റോ ഭാരം വയ്ക്കുന്നു. നാലഞ്ചു ദിവസം വെള്ളത്തിൽ കിടന്നുകഴിഞ്ഞാൽ അതെടുത്തുകൊണ്ടുവന്ന് മെടയാൻ തുടങ്ങുന്നു. ഓലമെടയൽ നല്ല രസമുള്ള ജോലിയാണ്.

രാഗിയും ഓലമെടയാൻ ഒപ്പം കൂടാറുണ്ട്. അങ്ങനെ മെടഞ്ഞെടുക്കുന്ന ഓലയാണ് പുരമേയാൻ ഉപയോഗിക്കുക.

ഓലയോടുകൂടി മടൽ വെട്ടിയെടുത്ത് ഓരോ ചെറിയ കഷണങ്ങളാക്കി, രണ്ട് കഷണം ഒരുമിച്ച് മെടഞ്ഞ് വലിയ കുട്ടകളും ഉണ്ടാക്കാറുണ്ടായിരുന്നു. കരിയിലയും മറ്റും തൂത്തുവാരാനാണ് ഇതുപയോഗിക്കുന്നത്. ഇതിന് വല്ലം എന്നാണു പറയുക. അതൊക്കെ കേൾക്കുമ്പോൾ, ഇപ്പോൾ അതിശയം തോന്നും. എല്ലാം കടംകഥകളായി മാറിയിരിക്കുന്നു. വെട്ടുന്ന ഓല കളയാൻ, കത്തിക്കാൻ ഒക്കെ ഇപ്പോൾ പാടുപെടുന്നു.

വീട്ടിൽ താഴെയുള്ള സാധനങ്ങൾ എല്ലാം ഒതുക്കി കൂട്ടിവെച്ച് ഷീറ്റിട്ട് മൂടിടും. കുട്ടികൾ സ്കൂളിൽ നിന്നും വരുമ്പോൾ പുതിയ ഓലമേഞ്ഞ വീട് ആവും അവർ കാണുക. അതു കാണാനും നല്ല രസമാണ്, ഒരു പുതിയ മണവും ഉണ്ടാവും. ഏറ്റവും താഴെയുള്ള

ഓലകൾ എല്ലാം ഭംഗിയായി നിരയായി വെട്ടിനിർത്തും. മഴപെയ്യുമ്പോൾ അതിൽക്കൂടി വരുന്ന വെള്ളം തട്ടി കളിക്കാൻ നല്ല രസമാണ്.

പതിയെപ്പതിയെ ആ വീട് വലുതാക്കി ഓല മാറ്റി ഓടിട്ടു മുൻവശത്തെ മുറി വാർത്തു. അങ്ങനെ അത് വിശാലമായ ഒരു വീടായി.

വീടിനു മുൻഭാഗത്തായി ഒരു ചെറിയ തോടുണ്ട്. മുൻവശത്തു നിന്ന് താഴോട്ട് ആഴത്തിലാണ് ഘടന. എന്നും വെള്ളമൊഴുക്കുള്ള ചെറിയ തോട്. മഴക്കാലത്ത് ആ തോട് കവിഞ്ഞ് പറമ്പൊരു ആറായി അങ്ങനെ ഒഴുകും. കാണാൻ ബഹുരസം. പല പല സാധനങ്ങൾ ഒഴുകിവരും. തേങ്ങ, തടികൾ അങ്ങനെ പലതും. ഇതെല്ലാം പിടിച്ചു നിർത്തുന്നതാണ് കുട്ടികളുടെ പണി.

കിണറിന് മുകളറ്റംവരെ വെള്ളം നിറയും, കൈതൊടാൻ പാകത്തിൽ. പല കിണറുകളും വെറുതെ കുഴിച്ച കുഴികൾ കിണറായി രൂപപ്പെട്ടവയാണ്. അതിന് പിടിച്ചുകയറാൻ തൊടികളും ഒന്നും ഉണ്ടാവില്ല. കിണറിലെ വെള്ളം ഇപ്പോഴത്തെ ശുദ്ധീകരിച്ച വെള്ളത്തിനേക്കാൾ കേമമാണ്.

തോടിന്റെ ഉൾവശത്തായി ചെറുതും വലുതുമായ പാറകൾ ചിന്നിച്ചിതറിയതുപോലെ കിടപ്പുണ്ട്. കുട്ടികൾ തോർത്തും ഉടുത്തു കുളിക്കാനായി അതിലേക്ക് ഇറങ്ങും. പാറയിൽ ഇരുന്നു സൊറ പറഞ്ഞു തുണിനനച്ചു ഉത്സവമാക്കിയാണ് അവരുടെ തേവാരം. തോടിന്റെ രണ്ടു വശത്തും അതിന്റേതായ ഭിത്തികളുണ്ട്. രണ്ടു വശത്തും മുകളിലായി പൊന്തക്കാടുകളും. പ്ലാവും മാവും മഞ്ചാടി മരവും മറ്റു കാട്ടുമരങ്ങളും എല്ലാം വളർന്ന് നിരന്ന് മറയായി നിൽക്കുന്നു. എന്നാലും തോടുമുറിച്ചു കടന്നുള്ള വഴി ആരെങ്കിലും വന്നാൽ പാറയുടെ മറവിൽ കുട്ടികൾ കുനിഞ്ഞിരിക്കും, അവർ പോയി കഴിയുന്നതുവരെ.

*

9

വീട് ഒരു കുഴിയിൽ ഇരിക്കുന്നതുപോലെയാണ്. കയറ്റം കയറി വേണം മുന്നിലുള്ള നടപ്പാതയിലെത്താൻ. പുറകിലായി കുത്തനെ കയറ്റമാണ്. കയറ്റം കയറി എത്തുന്നിടത്ത് വലിയ ഒരു പാറയുണ്ട്. അഞ്ചു മലകൾ കൂടിയതാണത്രേ അവിടം. അതുകൊണ്ടാവാം അതിനെ അഞ്ചുമലപ്പാറ എന്നാണ് വിളിക്കാറ്. ഇവിടെയുള്ളവർ ഈ മലയെ ദൈവസങ്കല്പത്തിലാണ് കാണുന്നത്. എല്ലാ മലയാളമാസം ഒന്നാം തീയതിയും വീടിന് മുൻവശത്തെ നടപ്പാതയിലായി ഓരോ ഭക്തനും വെടിവഴിപാട് നടത്തി വന്നിരുന്നു. വെടിവെക്കാനായിത്തന്നെ പ്രത്യേകം ഒരാളുണ്ടായിരുന്നു, വെടിക്കാരൻ അയ്യപ്പൻ. ഓരോ കാര്യസാധ്യത്തിനായി ആളുകൾ വെടി വഴിപാടുകൾ നേർന്നിരുന്നു. മലയുടെ ചുറ്റുവട്ടത്തുള്ള അടിയാളന്മാർ ഈ മലയിൽ വിശ്വാസമർപ്പിച്ച് പൂജകൾ നടത്തിയിരുന്നു.

പരിസ്ഥിതിപ്രശ്നം ആരോപിച്ച് വെടി വഴിപാടുകൾ ഇപ്പോൾ നിർത്തിവെച്ചിരിക്കുകയാണ്.

വളരെ ദുർഘടമായ വഴികൾ താണ്ടിയാണ് പാറയുടെ മുകളിൽ എത്തിയിരുന്നത്. പ്രത്യേകിച്ച് വഴിച്ചാലുകളൊന്നുമുണ്ടായിരുന്നില്ല. അതുകൊണ്ടാവാം സ്ത്രീകളാരും അങ്ങോട്ടേക്ക് പോകാതിരുന്നത്. ആ പാറയുടെ മുകളിൽ കയറിയ ആദ്യ പുരോഗമനവാദി സ്ത്രീ കുഞ്ഞിയായിരുന്നത്രേ. എന്നാൽ അശുദ്ധിയോടുകൂടി അടിവാരത്ത് പോവുകയോ പാറയിൽ കയറുകയോ ചെയ്യാറില്ല.

പിൽക്കാലത്ത് ഒരു പിക്നിക് പോലെ അവിടേക്ക് എല്ലാവരും പോയിത്തുടങ്ങി.

രണ്ടു വലിയ പാറകൾ ആണവിടെ ഉള്ളത്. വീടിന്റെ പുറകുവശം വൻമരങ്ങളും കുറ്റിക്കാടുകളും നിറഞ്ഞുനിൽക്കുന്ന ഒരേറ്റമാണ്. ഈ ഏറ്റം കയറി കുറെ ചെല്ലുമ്പോൾ വിശ്രമിക്കാൻ എന്നപോലെ ഒരു വിരിഞ്ഞ പാറ കാണാം. ഓന്തിന്റെ രൂപത്തോട് സാദൃശ്യം ഉള്ളതു

കൊണ്ടാവാം അത് ഓന്തുപാറ എന്നാണ് അറിയപ്പെടുന്നത്. കപ്പ (ചീനി) പച്ചയ്ക്കരിഞ്ഞും അരിഞ്ഞുവാട്ടിയും മറ്റും ഉണക്കിയെടുക്കാനായി ഈ പാറയിൽ കൊണ്ടിടും. ദിവസങ്ങൾക്കുശേഷം അതു വാരിക്കൊണ്ടുപോയി ചാക്കിൽ നിറച്ചുവയ്ക്കും. പാറയിൽ കിടന്നു നന്നായിട്ട് ഉണങ്ങിയിട്ടുണ്ടാവും.

വളരെ ഉയരത്തിലല്ലാതെ ചവിട്ടിക്കയറാൻ പാകത്തിൽ വിശാലമായി കിടക്കുന്ന പാറയാണത്. അവിടെ ഇരുന്ന് കാറ്റും കൊണ്ട് സൊറയും പറഞ്ഞ് ക്ഷീണവും തീർത്ത് പ്രധാന പാറയിലേക്ക് പോകുന്നു. പകൽ പാറയിൽ നല്ല ചൂടായിരിക്കും. അതുകാരണം സൂര്യന്റെ ചൂടൊന്നടങ്ങുമ്പോഴാണ് (അതായത് വൈകിട്ട് അഞ്ചു മണിയോടെ) പാറയിലേക്ക് കയറാറ്. ഉയരമുള്ള പാറയാണെങ്കിലും ഒരു വശത്തുകൂടി ഒപ്പിച്ചു പിടിച്ചു പിടിച്ചു കയറിപ്പോകാം. ചെരിപ്പിട്ടു പാറയിൽ കയറാൻ ബുദ്ധിമുട്ടാണ്. ആ കാലത്ത് ആരും ചെരുപ്പ് ഉപയോഗിച്ചിരുന്നില്ല. ആദ്യത്തെ പാറയിൽ നിന്ന് നോക്കിയാൽ വീട് ഒരു പൊട്ടുപോലെ കാണാം. വീടിന്റെ മുറ്റത്ത് നിന്നാൽ പൊട്ടുപോലെ പാറയിൽ നിൽക്കുന്നവരെയും കാണാം. പാറയിൽ എത്തിയാൽ അറിയിക്കണം എന്നത് ഒരു അലിഖിത നിയമമാണ്. അതിനായി പാറയിൽനിന്ന് കൂവി വിളിച്ചാൽ മലകയറി എന്ന വീട്ടുകാർക്ക് മനസ്സിലാകും. മൊബൈൽ ഫോൺ ഒന്നുമില്ലാത്ത കാലമായിരുന്നല്ലോ അത്. വീട്ടിൽ നിന്നും തിരിച്ചും ഒരു കൂവലുണ്ടാവും, ശരിവെച്ചു എന്നമട്ടിൽ.

പാറയിൽ ഇരുന്ന് കൂക്കിവിളിച്ചും അട്ടഹസിച്ചു വലിയ വലിയ പാട്ടുകാരെ അനുകരിച്ചും സമയം കഴിച്ചുകൂട്ടും.

പാറയുടെ ഒത്ത നടുവിലായി ഒരു കുളമുണ്ട്. ആ കുളത്തിൽ എന്നും വെള്ളമുണ്ടാവും. അതിൽ പുൽപ്പായ നെയ്യുന്ന പുല്ല് സമൃദ്ധമായി വളർന്നു നിൽക്കുന്നത് കാണാം. കുളത്തിലേക്ക് ഇറങ്ങിയാൽ കാലിൽ മന്ത് പിടിക്കും എന്നാണ് പറയാറ്. അതുകൊണ്ടുതന്നെ അതിലേക്ക് ഇറങ്ങി പരീക്ഷണം നടത്താൻ ആരും തുനിഞ്ഞിരുന്നില്ല. കുട്ടനാട്ടിലെ വയൽ ഉഴുതുമറിക്കുമ്പോൾ ആ കുളത്തിലെ വെള്ളം കലങ്ങുമത്രേ.

തിളച്ചുകിടക്കുന്ന പാറയിലെ വെള്ളത്തിന് അതിന്റേതായ ദോഷങ്ങളുണ്ടാകും. അതുകൊണ്ടാവും അതിൽ ഇറങ്ങരുതെന്ന് പറയുന്നത്.

കയ്യിൽ കിട്ടിയിടത്തോളം പുല്ലുകൾ ശേഖരിച്ച് അടുത്ത പാറയിലേക്ക് കയറും. ആ രണ്ടു കൂറ്റൻ പാറകളുടെയും ഇടയിലായി ഗുഹപോലെ വലിയ ആഴത്തിലുള്ള ഒരു ഇടുക്കുണ്ട്. അവിടെ കുര ങ്ങുകൾ ചാടി കളിക്കുന്നത് കാണാം. പണ്ട് സന്യാസിമാർ അവിടെ താമസമു

ണ്ടായിരുന്നിരിക്കാം. പാറകൾ തലങ്ങുംവിലങ്ങും വെച്ച് പുറത്തു പുറത്തായി കൂട്ടി മുട്ടിച്ചു അടുക്കിവെച്ചിരിക്കുന്നപോലെയാണ് രണ്ടു പാറകളെയും യോജിപ്പിച്ചിരിക്കുന്നത്. അതുകണ്ടാൽ മനുഷ്യ നിർമ്മിതമാണെന്നേ തോന്നൂ. ഓരോന്നിലും വളരെ സൂക്ഷ്മതയോടെ ചവിട്ടി വേണം പോകാൻ. കാലൊന്ന് വഴുതിയാൽ പിന്നെ പൊടിപോലും കിട്ടില്ല. ഇന്നാലോചിക്കുമ്പോൾ അന്ന് എന്തു ധൈര്യത്തിലാണാവോ വീട്ടുകാർ കുട്ടികളെ പാറയിൽ കയറാൻ വിട്ടിരുന്നത് എന്ന് അതിശയം തോന്നും. എന്നാൽ കാലുതെറ്റി ഇന്നേവരെ ആരും വീണി ട്ടുള്ളതായി കേട്ടുകേൾവി പോലുമില്ല എന്നതാണ് വാസ്തവം.

"ഇന്നെനിക്ക് അതിൽ കയറാൻ ധൈര്യം ഇല്ല കേട്ടോ." എന്ന് കുഞ്ഞി പറയും.

രണ്ടാമത്തെ പാറ വീടിനു തൊട്ടുപിന്നിലല്ലാത്തതുകാരണം വീടുമായി ബന്ധമൊന്നുമില്ല. അവിടെയിരുന്നാൽ സൂര്യാസ്തമയം കന്യാകുമാരിയിൽ കാണുന്നതിനേക്കാൾ ഭംഗിയായി കാണാം.

പാറയുടെ അടിവാരത്ത് മറ്റു വീടുകൾ ഒന്നുമില്ല. വട്ട, വീട്ടി, തേക്ക്, ആഞ്ഞിലി, പേഴ്, പേരറിയാത്ത കാട്ടുമരങ്ങൾ ഇവ ഇടകലർന്ന് വളർന്നുനിൽക്കുന്നു. കുറേ താഴോട്ടുവരുമ്പോൾ മാവും പ്ലാവും പറങ്കിമാവും ഒക്കെ കാണാം. പറങ്കിമാവിന്റെ ചുവട്ടിൽ വീണുകിളിച്ച കുരുപ്പണ്ടിയായ പറങ്കിയണ്ടികൾ കാണാം. കുരുപ്പണ്ടി വളരെ സ്വാദിഷ്ടമാണ്.

ഞാറപ്പഴം, വെട്ടിപ്പഴം, കരീലാഞ്ചിപ്പഴം, കലംപൊട്ടിക്കായ, മുല്ലരിക്ക, തെറ്റിപ്പഴം, തൊണ്ടിപ്പഴം ഇങ്ങനെ പലവിധ ഫലങ്ങളും ഇവിടെ സുലഭമാണ്. വീട്ടിലെത്തുമ്പോഴേക്കും പോക്കറ്റുകളും പാവാടത്തുമ്പുകളും പഴങ്ങൾ കൊണ്ടുനിറഞ്ഞിരിക്കും. ഇക്കാലത്ത് നിപ, കൊറോണ മുതലായവയുടെ ഭയത്തിൽ ആരും കിട്ടിയാലും തിന്നില്ല.

വെട്ടിപ്പഴം കാണാൻ നല്ല രസമാണ്, തിന്നാനും. ഓരോ ശാഖയുടെയും ചുറ്റിലും പച്ചനിറത്തിൽ ചെറിയ ചെറിയ കായകൾ. പഴുത്താൽ തോടുകൾ പൊട്ടി മഞ്ഞനിറത്തിലുള്ള ചെറിയ പഴങ്ങൾ. പഴുക്കാത്ത കായകളുള്ള കമ്പൊടിച്ചിട്ടിരുന്നാൽ രണ്ടുമൂന്നു ദിവസം കൊണ്ട് പഴുത്ത് പാകമായ പഴങ്ങൾ കിട്ടും. പഴം കാണാൻ നല്ല ഭംഗിയും അതേപോലെതന്നെ സ്വാദിഷ്ടവുമാണ്. ഇന്ന് ഇതൊന്നും കാണാൻപോലുമില്ല.

വെട്ടിയെപ്പറ്റി ഒരു ചൊല്ലുണ്ട്.

"വെട്ടിനട്ടാൽ ചെമ്പരത്തി കിളിക്കുമോ?" എന്ന്.

മുല്ലരി ചെറിയവള്ളിപ്പടർപ്പിലാണ് ഉണ്ടാകുന്നത്. ഓരോ കായകളായാണ് അത് കാണപ്പെടുക. കണ്ടാൽ കോവയ്ക്ക പോലെ തോന്നും.

മുകളിൽ വെള്ള വരകളുള്ള അറ്റം കൂർത്ത പച്ചനിറത്തിലുള്ള കായകൾ, അത്ര രുചികരം ഒന്നുമല്ല.

ഞാവൽപ്പഴത്തെയാണ് ഞാറപ്പഴം എന്നുപറയുന്നത്. വലുതല്ല ചെറുത്. ചുണ്ടയ്ക്ക വലിപ്പത്തിൽ കുലകുലയായി കറുപ്പുനിറത്തിൽ തൂങ്ങിക്കിടക്കും. കാണാൻ തന്നെ നല്ല രസമാണ്. ഔഷധസമ്പന്നമാണ്, പ്രമേഹഔഷധവും. അപൂർവമായി ഞാവൽ മരം ഇപ്പോഴും കാണാം.

കരീലാഞ്ചി മുള്ളുള്ള വള്ളിപ്പടർപ്പാണ്. ഇന്നത് കാണാനേയില്ല. കറുകപ്പട്ടയുടെ ഇലകൾപോലെയുള്ള ഇലകൾ. ഇതിന്റെ ഓരോ മുട്ടിലും ഒരു ചെറിയ തണ്ടിൽ ചുറ്റിലും നിറയെ ചെറിയ പച്ചനിറത്തിലുള്ള കായകൾ പന്തുപോലെ തൂങ്ങിക്കിടക്കുന്നു. ഇതു തിന്നുമ്പോൾ കൊഴുപ്പ് ഉള്ളതായി തോന്നും.

മലയുടെ മുകളിൽ നിന്നും ചാടിച്ചാടി കയ്യാലകളും മറ്റും കടന്നു ബ്രേക്ക് പിടിച്ച് ബ്രേക്ക് പിടിച്ച് ഒരു ഇറക്കമാണ്. ഒന്നു നിൽക്കാൻ ശ്രമിച്ചാൽ വീണിരിക്കും അതുറപ്പ്.

ഇപ്പോൾ ആ പാറയിൽ കയറാൻ പ്രത്യേക വഴികൾ സജ്ജമാക്കിയിട്ടുണ്ട്. പോകുന്ന വഴിയെതന്നെ തിരിച്ചുവരാം. ടൂറിസ്റ്റുകേന്ദ്രത്തിൽ എന്നപോലെ ആളുകൾ വന്നുപോകുന്നുണ്ടത്രേ. അവിടെ താൽക്കാലികമായി ചെറിയ ചെറിയ കടകളും ഇപ്പോൾ തുറന്നിട്ടുണ്ട്.

*

10

രാഘവൻ പണ്ടത്തെ ഇന്റർമീഡിയറ്റാണ്. കുഞ്ഞിയും അങ്ങനെ തന്നെ. രാഘവന്റെ താൽപര്യക്കുറവ് കാരണം കുഞ്ഞി ജോലിക്കുപോയില്ല. രണ്ടുപേർക്കും ഇംഗ്ലീഷിൽ നല്ല പരിജ്ഞാനമായിരുന്നു. കുട്ടികൾ കേൾക്കണ്ടാത്ത കാര്യങ്ങൾ അവർ ഇംഗ്ലീഷിലാണ് സംസാരിച്ചിരുന്നത്.

രണ്ടുപേരും സാഹിത്യാഭിരുചിയുള്ളവരായിരുന്നു. രാഘവൻ നന്നായിട്ട് പാടുമായിരുന്നു. ദൂരെ സ്ഥലത്ത് ജോലി നോക്കിയിരുന്നപ്പോൾ കവിതയിലാണ് അന്യോന്യം കത്തുകൾ അയച്ചിരുന്നത്. കുഞ്ഞി നല്ല വായനാശീലമുള്ള വ്യക്തിയായിരുന്നു. പുരാണകഥകൾ എല്ലാം അവൾ നന്നായി ഹൃദിസ്ഥമാക്കിയിരുന്നു. ഇന്നതെന്നില്ലാതെ എല്ലാത്തരം പുസ്തകങ്ങളും അവൾ വായിക്കുമായിരുന്നു.

രാഘവൻ എന്നും രാവിലെ കൃത്യസമയത്തുതന്നെ ഓഫീസിൽ പോകും. ആ സമയം ഒരു ബഹളമാണ്. അക്കാലത്ത് രാവിലെ ബ്രേക്ക്ഫാസ്റ്റ് എന്നൊന്നും പതിവുണ്ടായിരുന്നില്ല. കഞ്ഞിയും അസ്ത്രവും, കഞ്ഞിയും പയറും ചമ്മന്തിയും, വല്ലപ്പോഴും ഒരു പപ്പടം ചുട്ടതും അതായിരുന്നു മെനു.

എക്സൈസ് വകുപ്പിൽ ആയിരുന്നതിനാൽ ഇറച്ചിയും മീനും യഥേഷ്ടം കിട്ടുമായിരുന്നു. തനിക്ക് അവിടെ കിട്ടുമല്ലോ, നിങ്ങൾ കഴിച്ചോളൂ എന്നുപറഞ്ഞ് വലിയ വലിയ മീനുകൾ വീട്ടിലേക്ക് കൊടുത്തുവിടും. ആദ്യമൊക്കെ വലിയ മീൻ കാണുമ്പോൾ കുഞ്ഞിക്ക് വെപ്രാളമായിരുന്നു. എവിടെ തുടങ്ങണം എന്നൊരാശങ്ക. ആദ്യം തലയിൽ പിടിക്കണോ വാലിൽ പിടിക്കണോ എന്ന് ശങ്കിച്ചുനിൽക്കും. പിന്നെപ്പിന്നെ കുഞ്ഞി അതിൽ ഡോക്ടറേറ്റ് എടുത്ത പോലെയായി.

ഒരാഴ്ചത്തെ കേടുപാടുകൾ തീർക്കുന്ന ദിവസമാണ് ഞായറാഴ്ച. എല്ലാവരും വീട്ടിൽ ഉള്ള ദിവസം. മീൻ, ഇറച്ചി തുടങ്ങി വിഭവ സമൃദ്ധമായ ഉച്ചയൂണ്. രാഘവന്റെ പ്രതാപകാലംവരെ ഈ പതിവ് തുടർന്നുപോന്നു.

ഉണ്ണുന്ന പാത്രത്തിൽ രണ്ടാമത്തെ മകൾ രാഗിക്കുവേണ്ടി അല്പം ബാക്കിവയ്ക്കുന്നത് രാഘവന്റെ പതിവായിരുന്നു. അച്ഛൻ ഉണ്ണുമ്പോൾ ഭയന്നിട്ടാണെങ്കിലും ഇടംകണ്ണിട്ട് രാഗി നോക്കിനിൽക്കും. അച്ഛൻ ഉണ്ടെഴുന്നേൽക്കുമ്പോൾ അവൾ വിജയശ്രീലാളിതയായി അനുവിനെ നോക്കുന്നുണ്ടാവും. അച്ഛൻ ബാക്കി വെച്ചിട്ടില്ലെങ്കിൽ അവൾക്ക് വലിയ വിഷമമാണ്. ഈ പതിവ് താഴെ കുട്ടികൾ ഉണ്ടാവുന്നതുവരെ തുടർന്നുപോന്നു.

രാഘവൻ ഓഫീസിലേക്ക് പോകുന്നതുപോലെതന്നെ വരുന്നതും കൃത്യസമയത്തു തന്നെയായിരുന്നു. മേക്കോത്ത് എന്ന സ്ഥലത്ത് ബസ്സിറങ്ങിയാൽ അവിടെ ഒരു പലചരക്ക് കടക്കാരൻ കുഞ്ഞൂള്ളയുമായി അൽപനേരം ചിലവഴിച്ചിരിക്കും. കുഞ്ഞുള്ളയുടെ കടയിൽ നിന്നാണ് മാസാമാസം വീട്ടിലേക്കുള്ള പലചരക്കുകൾ വാങ്ങിയിരുന്നത്. കടയിൽനിന്ന് ഏതാണ്ട് മൂന്ന് കിലോമീറ്റർ ദൂരമുണ്ട് വീട്ടിലേക്ക്.

രാഘവന്റെ പേരിൽ ഒരു കൈക്കൂലി കേസ് നിലവിലുണ്ടായിരുന്നു. അഞ്ചുരൂപ കൈക്കൂലി വാങ്ങി എന്നതാണ് കേസ്. എന്നാൽ അതിനെതിരായി സാക്ഷി പറഞ്ഞ് അന്നു തന്നെ രക്ഷിച്ച ആൾ എന്ന നിലയിൽ കുഞ്ഞുള്ളയുമായുള്ള ബന്ധം മരിക്കുന്നതുവരെ രാഘവൻ തുടർന്നുപോന്നു. അന്ന് എല്ലാമാസവും വലിയ ഒരു വള്ളിക്കുട്ടയിൽ ഒരു മാസത്തേക്കുള്ള സാധനങ്ങൾ കടയിൽ നിന്നും കൊടുത്തുവിടുന്നതുതന്നെ ആൾക്കാർക്ക് ഒരു അത്ഭുതമായിരുന്നു.

കടയിൽനിന്ന് ഇറങ്ങുമ്പോൾ ഒരു ചെറിയ തോട്. അതിനു കുറുകെയുള്ള ഒറ്റത്തടി പാലം. പിന്നെ വയൽവരമ്പിൽക്കൂടി കുറെ

നടന്നാൽ കുടുസ്സായ ഒരു ഏറ്റം. കുണ്ടും കുഴിയുമായ ഏറ്റം കടന്നാൽ പിന്നെ നിരപ്പായ സ്ഥലമാണ്. വഴി ഇടുങ്ങിയതുതന്നെയാണ്. രാഘവന് ഇതൊക്കെ കാണാപ്പാഠമാണ്. എത്രനാളായി താണ്ടുന്ന വഴികളാണ്. അതുകഴിഞ്ഞാൽ നീണ്ടുപരന്നു കിടക്കുന്ന വയലേലകൾ. ആ പാടം കഴിയാറാകുമ്പോൾ വളരെ വലിയ ഒരു സർപ്പക്കാവുണ്ട്. ഇപ്പോഴും അതിലെ നടക്കുമ്പോൾ ചങ്കിടിപ്പ് കൂടാറുണ്ട് എന്നാണ് കുട്ടികൾ പറയുക.

അതിന്റെ ഒരറ്റത്തുകൂടി നടന്ന് വീണ്ടുമൊരു ഊടുവഴി കടന്നാൽ ടാറിട്ടതല്ലെങ്കിലും നിരപ്പായ ഒരു നടപ്പാതയാണ്. ആ ഭാഗത്തായി ഒരാൾ തൂങ്ങി മരിച്ച ഒരു സ്ഥലമുണ്ട്. ഭയത്തോടുകൂടിയാണ് അവിടം കടക്കുക. കുറെ മുന്നോട്ടു പോകുമ്പോൾ പാറകൾ ഇടതൂർന്നു കിടക്കുന്ന ഒരു തോടുണ്ട്. എരപ്പിൽതോട് എന്നാണ് അതിനെ വിളിക്കുക. ഇവിടെ എല്ലാകാലത്തും ചിലമ്പിട്ടതുപോലെ തുള്ളിയോടുന്ന വെള്ളം സമൃദ്ധമായിരിക്കും. രാഘവന്റെ വീടിനു മുൻവശത്തുള്ള തോട് ഇതിലേക്കാണ് ഒഴുകിവരുന്നത്. പരിചയമുള്ളവർക്ക് പാറയിൽ ചവിട്ടിച്ചവിട്ടി കടന്നുപോകാം.

അവിടം കടന്നാൽ അല്പം മുമ്പിലായി വീടിന്റെ മുകൾഭാഗത്ത് എത്താം. അവിടമാണ് മൈനാമൺ. ഒരുപക്ഷേ പണ്ട് അവിടെ മൈനകൾ ധാരാളമായി ഉണ്ടായിരുന്നിരിക്കാം.

വഴിയിൽ നിന്ന് താഴോട്ട് നോക്കിയാൽ വീട് ഒരു പാതാളത്തിൽ ഇരിക്കുന്നതായി തോന്നാം. ഏഴു ബാറ്ററിയുള്ള ഒരു ടോർച്ചുമായാണ് രാഘവന്റെ വരവ്. പലചരക്കുകടയിൽ നിന്ന് ഇറങ്ങുമ്പോൾ തെളിയിക്കുന്ന ടോർച്ച് വീട്ടിലെത്തിയാലേ അണയ്ക്കാറുള്ളൂ. പുറത്തു പറയാറില്ല. എങ്കിലും അച്ഛൻ സത്യത്തിൽ ഒരു പേടിത്തൊണ്ടൻ ആണെന്നാണ് രാഗിയുടെ കണ്ടെത്തൽ. ടോർച്ചിന്റെ വെളിച്ചം കാണുമ്പോൾത്തന്നെ ആൾക്കാർക്ക് ആരാണ് വരുന്നതെന്നും, സമയമെത്രയായി എന്നും മനസ്സിലാകും. രാഘവന്റെ വരവും പോക്കും എല്ലാം കിറുകൃത്യമാണ്.

അതുപോലെ ഡ്രസ്സിംഗിന്റെ കാര്യത്തിലും വലിയ നിഷ്കർഷയായിരുന്നു രാഘവന്. വെള്ളമുണ്ടും ക്രീം ജുബ്ബയും ആണ് രാഘവന്റെ വേഷം. അന്ന് പാന്റ്സ് ഒന്നും പ്രചാരത്തിലുണ്ടായിരുന്നില്ല. രണ്ടുദിവസത്തിലൊരിക്കൽ അലക്കാൻ കൊടുക്കും. ഡ്രൈ ക്ലീനിങ്ങും അന്ന് ഉണ്ടായിരുന്നില്ല. അലക്കിത്തേച്ചതു മാത്രമേ രാഘവൻ ധരിക്കാറുള്ളൂ.

പുതിയ യൂണിഫോം തൈപ്പിച്ചാൽ അതിട്ട് ശാസ്താവിന്റെ മുൻ

പിൽ പ്രാർത്ഥിച്ചശേഷമേ ഓഫീസിൽ ഉപയോഗിക്കു. കാക്കി നിക്കറും ഷർട്ടും ആയിരുന്നു യൂണിഫോം.

രാഘവന്റെ വീട്ടിൽ ആകപ്പാടെ വെച്ചിരുന്ന ഒരു ഫോട്ടോ ശാസ്താവിന്റേതായിരുന്നു. അതും മുൻവശത്തെ മുറിയിൽ, രാഘവന്റെ ഉയരത്തിനനുസരിച്ച്. വലിയ അയ്യപ്പഭക്തനായിരുന്നു രാഘവൻ. എല്ലാവർഷവും കൃത്യമായി വ്രതമെടുത്ത് മലചവിട്ടുന്ന ആളായിരുന്നു രാഘവൻ. രാഘവൻ മലയ്ക്ക് പോകുമ്പോൾ വീട്ടിലുള്ള എല്ലാവരും വ്രതമെടുത്തിരിക്കണം, അത് രാഘവന് നിർബന്ധമാണ്. വലിയ പടുക്ക ഒക്കെ നടത്തിയാണ് രാഘവൻ മലയ്ക്ക് പോവുക. പടുക്കയെന്നാൽ വലിയ പൂജകളും ഭജനകളും ആഴിയും ഒക്കെയായിട്ടു നടത്തുന്നതാണ്.

കമുകിൻ തടികൊണ്ടുള്ള നാല് തൂണിൽ മൂന്നുമൂന്നര അടി സമചതുരത്തിൽ പന്തൽ ഒരുക്കുന്നു. മുകളിലും നാലു വശങ്ങളിലും ഞൊറിഞ്ഞ ചുവന്ന തുണികൾകൊണ്ട് അലങ്കരിച്ച മേലാപ്പിടുന്നു. താഴെ നാലുപുറവും വാഴപ്പിണ്ടികൊണ്ടും വാഴപ്പോളകൊണ്ടും രണ്ടടി ഉയരത്തിൽ അരമതിലിൽ തീർക്കും. അതിൽ കുരുത്തോലകളും ഈർക്കിലുംകൊണ്ട് അലങ്കരിക്കുന്നു. ഇതിനകത്ത് പടിഞ്ഞാറുവശത്തായി നിലവിളക്കുകളും പറയും വയ്ക്കുന്നു. ഇവിടെയാണ് പൂജ നടത്തുന്നതും ശബരിമലയിലേക്കുള്ള കെട്ടുനിറയ്ക്കുന്നതും. പ്രത്യേകിച്ച് പൂജാരികൾ ഒന്നുമുണ്ടാവില്ല. കെട്ടു നിറയ്ക്കുന്ന ഗുരുസ്വാമി തന്നെയാവും പൂജിക്കുക.

*

11

എല്ലാവർഷവും പോകാൻ കന്നിഅയ്യപ്പന്മാർ ഉണ്ടാവും. രാഗിയുടെ ഊഴം വന്നപ്പോഴേക്കും ഒപ്പം കൂടാൻ ആരുമുണ്ടായില്ല. അല്പം നിരാശ തോന്നിയെങ്കിലും മല ചവിട്ടലിന്റെ ആകാംക്ഷയിൽ എല്ലാം മറന്നു. പോകാൻ രാഗിയും അച്ഛനും കാര്യസ്ഥനും ഗുരുഭൂതനുമായ ഗോപുണ്ണിപ്പണിക്കരും മാത്രമായിരുന്നു. രാഘവൻ സ്നേഹത്തോടെ അയാളെ പണിക്കർ എന്നുവിളിക്കുന്നു.

30 സെന്റീമീറ്റർ വീതിയിലും 60 സെന്റീമീറ്റർ നീളത്തിലുമുള്ള ഒരു സഞ്ചി തുന്നിയെടുക്കുന്നു. സാധാരണ സഞ്ചികളിൽനിന്നും വ്യത്യസ്തമായി ഇതിന്റെ നടുക്കു ഭാഗത്തായി 6 ഇഞ്ച് നീളത്തിൽ ഒരു ദ്വാരമാവും ഉണ്ടാവുക. കറുപ്പോ വെളുപ്പോ ചുവപ്പോ നിറത്തിലുള്ള തുണിയാവും സഞ്ചിക്ക് ഉപയോഗിക്കുക. അകത്ത് സാധനങ്ങൾ നിറയ്ക്കുന്നതിനു വേണ്ടിയാണ് ആ ദ്വാരം. ദ്വാരത്തിന്റെ അരികിലൊരു ചരട് കൊരുത്തു വയ്ക്കാനുള്ള സംവിധാനവും ഉണ്ടാകുന്നു. കുട്ടികൾക്ക് ചെറിയ സഞ്ചിയാണ് തൈച്ചെടുക്കുക. ഇരുമുടി എന്നാണ് ആ സഞ്ചിക്ക് പറയുക. ഈ സഞ്ചിയുടെ ഒരുവശത്ത് ഏതാണ്ട് അരികിലേക്കുമാറ്റി വെള്ളത്തുണികൊണ്ട് ചെറിയ ഒരു ചന്ദ്രക്കല തുന്നിപ്പിടിപ്പിക്കുന്നു. ഇരുമുടി എടുക്കുമ്പോൾ മുൻവശമേതെന്ന് മനസ്സിലാക്കാൻ വേണ്ടിയാണത്.

ഇരുമുടിയ്ക്കൊപ്പം ചെറിയ മൂന്നാല് സഞ്ചികളും ഉണ്ടാവും. ആദ്യമായി വെറ്റില, അടയ്ക്ക, ഒരു നാണയത്തുട്ട് ഇവ ചെറിയ സഞ്ചികളിലൊന്നിൽ ഇട്ടുകെട്ടി ഇരുമുടിയുടെ ചന്ദ്രക്കല തൈച്ചിരിക്കുന്ന വശത്തായി ദ്വാരത്തിലൂടെ അകത്തേക്ക് ഇടുന്നു. നെയ്ത്തേങ്ങ ശരിയാക്കുകയാണ് അടുത്തപടി. തേങ്ങയുടെ പുറത്തുള്ള ചകിരിയും ചകിരിച്ചോറും എല്ലാം പൂർണമായും ചുരണ്ടിക്കളയുന്നു. അതിന്റെ മുകൾഭാഗത്തുള്ള മൂന്നുകണ്ണുകളിൽ ഒന്ന് കിഴിച്ച് അതിലൂടെ അകത്തുള്ള വെള്ളം മുഴുവനും ഊറ്റിക്കളയുന്നു. അതിൽ നെയ് നിറച്ചശേഷം

കോർക്ക് കൊണ്ട് നന്നായി അടച്ച് അതിനുമുകളിൽ ഒരു പപ്പടം നനച്ച് ഒട്ടിക്കുന്നു. അതും ഒരു സഞ്ചിയിലാക്കി ഇരുമുടിയിലേക്ക് ഇടുന്നു. നടയിൽ കത്തിക്കാനായി കർപ്പൂരം സാമ്പ്രാണിത്തിരി എന്നിവയും അതിൽ നിക്ഷേപിക്കുന്നു.

ഇരുമുടിയുടെ അടുത്ത ഭാഗത്ത് അരിയാണ് ഇടുന്നത്. പോകുന്ന അയ്യപ്പനും അയാളുടെ അമ്മ, അച്ഛൻ, സഹോദരങ്ങൾ എന്നിവരും രണ്ടുകൈകൊണ്ടും അരി വാരി പ്രാർത്ഥിച്ചു സഞ്ചിക്കുള്ളിലേക്ക് ഇടുന്നു. സാധാരണയായി ഭാര്യയോ ഭർത്താവോ അരിയിട്ടു കാണുന്നില്ല. ഇതോടൊപ്പം മലയിറങ്ങിവരുമ്പോൾ അടിക്കാനുള്ള തേങ്ങയും അവിടെ സമർപ്പിക്കാനുള്ള മലര് എന്നിവയും ആ ഭാഗത്തു തന്നെ വയ്ക്കുന്നു. ആഹാരം പാകംചെയ്യുന്നതിനുള്ള പൊടി വകകളും ഇടിച്ചമ്മന്തിയും മറ്റും ഇതിൽ തന്നെയാണ് സൂക്ഷിക്കുന്നത്.

അവസാനം നടുക്ക് കൊരുത്തുവച്ചിരിക്കുന്ന ചരടുകൊണ്ട് ആദ്യം നെയ്ത്തേങ്ങയും മുദ്രയും വെച്ചിട്ടുള്ള വശം മുറുക്കി കെട്ടുന്നു. രണ്ടാമത് മറ്റേവശവും കെട്ടുന്നു. മടങ്ങിവരുന്ന തുണി മടക്കി അവിടെത്തന്നെ കെട്ടിവയ്ക്കുന്നു. ചന്ദ്രക്കലയുള്ളവശം കിഴക്കോട്ടാക്കി ഒരു പായയിൽ വരിവരിയായി വയ്ക്കുന്നു. ബന്ധുക്കളും മിത്രങ്ങളുമെല്ലാം കെട്ടിനുപുറത്ത് പൈസയിടുന്ന സമ്പ്രദായവും ഉണ്ടായിരുന്നു. അതിന്റെ അവകാശി ഗുരുസ്വാമി ആണെന്നാണ് വയ്പ്. ഇന്ന് ഇതൊന്നും നിലവിലില്ലാത്ത കാര്യങ്ങളാണ്.

കിടക്കാനുള്ള പായ, വിരിപ്പ്, പാകം ചെയ്യാനുള്ള കലം, തവി തുടങ്ങയവയെല്ലാം ഈ കെട്ടിന്റെ പുറത്തായി കെട്ടിവെക്കും. കുട്ടികളുടെ കെട്ടിൽ പേരിനു വേണ്ടിയുള്ള സാധനങ്ങളെ ഇടാറുള്ളൂ.

കർപ്പൂരം കത്തിച്ച് കെട്ടുഴിഞ്ഞതിനുശേഷം ഗുരുസ്വാമി ദക്ഷിണ സ്വീകരിക്കുന്നു. പുതപ്പ് മടക്കി സ്വാമിമാരുടെ തലയിൽവച്ച് അതിനുമുകളിൽ ചന്ദ്രക്കല മുൻവശത്ത് വരത്തക്കവണ്ണം ഇരുമുടിക്കെട്ട് ഗുരുസ്വാമി എടുത്തു വെച്ചുകൊടുക്കുന്നു. ആ സമയം ഭജനപ്പാട്ട് ഉണ്ടാകും. ശാസ്താംപാട്ട് തെക്കോട്ട് പ്രചാരത്തിൽ ഉണ്ടായിരുന്നില്ല.

ഇരുമുടി തലയിൽ വെച്ചു കഴിഞ്ഞാൽ ആഴിയ്ക്ക് വലംവെച്ച് സ്വാമിശരണം വിളിക്കുന്നു. അതിനുശേഷം അവർ തിരിഞ്ഞുനോക്കാതെ മലയിലേക്കുള്ള യാത്രയായി.

റോഡിൽ കയറി ഏതാണ്ട് അഞ്ച് കിലോമീറ്റർ നടന്നാലേ ബസ് കിട്ടുന്നിടത്ത് എത്തുകയുള്ളൂ. കുട്ടികളുടെ കെട്ടുകളൊക്കെ മിക്കവാറും ഗുരുസ്വാമിയായ പണിക്കരുതന്നെയായിരിക്കും എടുക്കുക. അവിടെ നിന്നും എരുമേലിക്കുള്ള വണ്ടിയിൽ ഒരുവിധം കയറിപ്പറ്റുന്നു. ഇരി

ക്കാനുള്ള സീറ്റ് ഒന്നുമുണ്ടാവില്ല. അതിനാൽ ബസിന്റെ താഴെ ത്തന്നെ ഇരുന്ന് ഉറങ്ങിയും ഉറങ്ങാതെയും ഒരുവിധം എരുമേലിയിൽ എത്തുന്നു.

അവിടെ ഒരു സ്കൂളിന്റെ മുറ്റത്താണ് വിരി വെക്കാനുള്ള സൗക ര്യം കിട്ടിയത്. വരാന്തയിൽ എങ്ങും സ്ഥലമില്ലാത്തതിനാൽ മുറ്റത്താ ണ് വിരി വെച്ചത്. അത് അന്ന് അല്പം കാപ്പിയുമായി രാത്രി കഴിച്ചു കൂട്ടി. എരുമേലി പേട്ടതുള്ളൽ സമയമല്ലാത്തതിനാൽ അത്രയധികം ജനബാഹുല്യം ഉണ്ടായിരുന്നില്ല. എന്നാലും പള്ളിയിലൊക്കെ പോയി കറങ്ങിവന്നു. രാവിലെ കാപ്പി കുടിച്ചാൽ പിന്നെ അഴുതയിലേക്കുള്ള യാത്രയാണ്.

പിന്നങ്ങോട്ട് മുഴുവൻ കാടാണ്. ഇടയ്ക്ക് നടവഴി പോലെയുള്ള ചെറിയ വഴികൾ. ആളുകൾ ഇടയ്ക്കും മുറയ്ക്കും ഒക്കെ പോവുകയും വരികയും ചെയ്യുന്നുണ്ടെങ്കിലും ആകെ നിശബ്ദമായ വനാന്തരീക്ഷം. നടന്നുനടന്ന് അഴുതയിൽ എത്തി. അവിടെ വിരി വെക്കാനുള്ള സംവി ധാനം ഒന്നുമില്ല. ഒരു മരത്തിന്റെ വേരിനടുത്തായി ഇരുന്നു. ഗുരുസ്വാമി പതുക്കെ കഞ്ഞി വെക്കാനുള്ള ഒരുക്കത്തിലാണ്. കഞ്ഞിവെച്ച് ചമ്മ ന്തിയും കൂട്ടി കഴിച്ചു ക്ഷീണംമാറ്റി കയറ്റം കയറാൻ തുടങ്ങി.

മറ്റൊന്നും സംസാരിക്കാതെ സ്വാമിശരണം മാത്രം വിളിച്ച് കയ റ്റം കയറി. രാഗി രണ്ടുകൈയും കെട്ടിയാണ് നടന്നത്. വീണാൽ കൈകു ത്താൻപോലും പറ്റില്ലെന്ന് രാഘവൻ ശകാരിക്കുന്നുണ്ടായിരുന്നു. യാത്രയിൽ രാഗിക്ക് ഒരു ക്ഷീണവും തോന്നിയില്ല.

കരിമല ഇറങ്ങി പമ്പയിലെത്തി. അവിടെയാണ് രണ്ടാമത് വിരി വെച്ചത്. വലിയ പന്തൽപോലെ കെട്ടി വാടകയ്ക്ക് വിരിവയ്ക്കാൻ സ്ഥലം കൊടുക്കുന്നുണ്ടായിരുന്നു. എല്ലാവരും പരസ്പരം സ്വാമി എന്നും മാളികപ്പുറം എന്നുമായിരുന്നു സംബോധന ചെയ്തി രുന്നത്. വിശാലമായ പമ്പാതീരം ഇന്ന് കാണാനില്ല. ശൗചാലയങ്ങൾ, ചെറിയ ചെറിയ മറപ്പുരകളിൽ രണ്ടടി താഴ്ച്ചയിലുള്ള കുഴിയുടെ മുകളിൽ പലകയിട്ടിട്ടുള്ളതായിരുന്നു.

ഭാഗ്യത്തിന് വിരിവയ്ക്കാൻ ഒരിടം കിട്ടി. പമ്പാനദി കണ്ടിരിക്കാൻ തന്നെ സുഖമാണ്. പമ്പാതീരത്തുനിന്നും പതുക്കെപ്പതുക്കെ പമ്പാനദിയിലേയ്ക്കിറങ്ങാം. തീരത്തിനടുത്ത് അധികം ആഴമില്ലായി രുന്നു. പായ നൂത്തിട്ട് വിരിവെക്കുന്നതിന് അല്പം മാറി ചോറുവയ്ക്കാ നുള്ള ഒരുക്കമായി. ചോറ് സാമ്പാർ ചിരട്ടക്കുടുക്കയിൽ ഇടിച്ചുറപ്പിച്ചു വച്ചിരിക്കുന്ന ഇടിച്ചമ്മന്തി ഇതായിരുന്നു സ്വാദിഷ്ടമായ സദ്യവിഭവം. അന്ന് അവിടെക്കഴിച്ചുകൂട്ടി. രാവിലെ പമ്പയിൽ കുളിയൊക്കെക്കഴി

ഞ്ഞ് നീലിമല കയറ്റത്തിലായി. കാടും മേടും ഒക്കെ താണ്ടി ശബരി പീഠം, ശരംകുത്തിയാല് തുടങ്ങിയവയും കടന്ന് പതിനെട്ടാംപടിയി ലെത്തി. അവിടെ പടികയറി അമ്പലത്തിലെ പടിഞ്ഞാറെമുറ്റത്തു തന്നെയാണ് വിരിവച്ചത്. അതിനുശേഷം ദർശനം നടത്തി. അന്ന് അവിടെ കഴിച്ചുകൂട്ടി. വഴിപാടുകൾ എല്ലാം നടത്തി പിറ്റേന്ന് രാവിലെ മലയിറങ്ങി.

ശബരിമല യാത്രയ്ക്കുവേണ്ടി എപ്പോഴും പുതിയ തുണികൾ തൈപ്പിച്ചാണ് ഇടാറ്. രാഗിയുടെ അച്ഛൻ കാവി നിറത്തിലുള്ള തുണി യെടുത്ത് പാദംവരെ എത്തുന്ന പാവാടയും ജാക്കറ്റും ആണ് തൈപ്പി ച്ചത്. ആ പാവാട രാഗിക്കു നന്നേ ഇഷ്ടമായി. എവിടെ പോയാലും ആ പാവാടയാണ് അവൾ ഉപയോഗിക്കാറ്.

*

12

വീടിന്റെ മുകളിലെ റോഡിൽ നിന്നും താഴോട്ടിറങ്ങിയാൽ വലതു വശത്തുകൂടി വളഞ്ഞ ഒരു വഴിയുണ്ട്. അതിൽക്കൂടി നടന്നാൽ പാറകൾ ഇടതൂർന്ന് കിടക്കുന്ന തോടിനരികിലെത്തും. പാറയിൽ ചവിട്ടി ചവിട്ടി അപ്പുറത്ത് എത്താം.

അവിടെ തോടിന്റെ സംരക്ഷകനെപ്പോലെ തലയുയർത്തി നിൽക്കുന്ന ഒരു മരോട്ടിമരം. അതിൽ കായകൾ സമൃദ്ധമായി തൂങ്ങിക്കിടക്കുന്നു. അതിൽ നിന്നും താഴെ വീഴുന്നവ പെറുക്കിയും ബാക്കിയുള്ളവ പറിച്ചും ശേഖരിക്കുന്നു.

ഇതിന്റെ കട്ടിയുള്ള പുറംതോട് മാറ്റിയാൽ ഏതാണ്ട് സീതപ്പഴം (ആത്തപ്പഴം) പോലെ മാംസളമായ ഭാഗംകൊണ്ട് പൊതിഞ്ഞ കുരുക്കൾ ആണുള്ളത്. ഇവ തോടുപൊടിച്ച് നിലത്തു കൂട്ടിയിട്ട് ഒന്ന് അലുക്കുമ്പോൾ ചവിട്ടിക്കഴുകി കുരുക്കൾ വേർപെടുത്തി എടുക്കുന്നു.

പിന്നീട് വെള്ളത്തിലിട്ട് വേവിച്ച് കുറേ സമയമാകുമ്പോൾ എണ്ണ

മുകളിൽ തെളിഞ്ഞു വരികയും അതു കോരിയെടുത്ത വെള്ളം വറ്റി ച്ചെടുക്കുകയും ചെയ്യുന്നു. ഇതാണ് മരോട്ടി എണ്ണ. അന്ന് എണ്ണ എടു ക്കൽ ഒരു വലിയ പ്രക്രിയ തന്നെയായിരുന്നു. ഇന്ന് അതിന് പല സാങ്കേതികവിദ്യകളും ഉണ്ട്. തൊലിപ്പുറത്തുണ്ടാകുന്ന രോഗങ്ങൾ ക്കും മുടിവളരാനും ഈ എണ്ണ ഫലപ്രദമത്രേ. ഈ ഉപയോഗങ്ങൾ ഒന്നും അറിഞ്ഞുകൂടാത്തതുകൊണ്ടായിരിക്കാം അന്ന് വിളക്ക് കത്തി ക്കാനാണ് ഉപയോഗിച്ചിരുന്നത്.

ഈ മരവും കടന്ന് തെങ്ങും വാഴയും കപ്പയും കാപ്പിയും ഒക്കെ ഇടതൂർന്നു നിൽക്കുന്ന പറമ്പിൽക്കൂടിയാണ് വീട്ടിലേക്ക് കയറുക. വളർന്നുനിൽക്കുന്ന വാഴ കള്ളനാണെന്നുകരുതി രാഘവൻ ഒരുനാൾ ടോർച്ച് വലിച്ചെറിഞ്ഞ സംഭവവും ഉണ്ടായിട്ടുണ്ട്.

രാഘവൻ വീട്ടിലെത്തിയാൽ പിന്നെ ഒരു ബഹളമാണ്. കുട്ടിക ളൊക്കെ നേരത്തെ മാളത്തിൽ ഒളിച്ചിരിക്കും. ആളും അനക്കവും ഇല്ലാത്ത ആ കാട്ടുപ്രദേശം രാഘവൻ ആളനക്കമുള്ളതാക്കിത്തീർ ക്കും. നഗരജീവിതത്തിൽനിന്നും ഗ്രാമത്തിലേക്ക് പറിച്ചുനടപ്പെട്ട കുഞ്ഞിയുടെ ആങ്ങളയുടെ ഭാര്യ രണ്ടുപറമ്പിനപ്പുറത്തായി ആയിട യ്ക്ക് താമസമാക്കിയിരുന്നു. ബഹളം തുടങ്ങിയാലുടൻ അവർ കതക് കൊട്ടിയടയ്ക്കും. കുടിച്ചുവന്ന് ബഹളം വയ്ക്കുകയാണത്രെ. കുടിയ ന്മാരെ അവർക്ക് ഭയമാണ്.

എന്നാൽ വളരെ കാലത്തിനുശേഷമാണ് കുഞ്ഞിക്കും മക്കൾക്കും രാഘവൻ നന്നായി മദ്യപിക്കും എന്ന് മനസ്സിലായത്. പക്ഷേ നല്ല നിയന്ത്രണമായിരുന്നു. എക്സൈസല്ലേ, കുറ്റപ്പെടുത്താനും ആവില്ല.

എന്നും എന്തിനുമേതിനും അദ്ദേഹത്തിനൊരു അസിസ്റ്റന്റായി രുന്നു ഗോപുണ്ണിപ്പണിക്കർ. സന്തതസഹചാരി, മനസ്സാക്ഷി സൂക്ഷിപ്പു കാരൻ, പരസ്പരം താങ്ങും തണലും, ശബരിമലയാത്രയിൽ ഗുരു സ്വാമി കൂട്ടത്തിൽ കാര്യസ്ഥനും.

രാഘവന്റെ മരണശേഷവും കാര്യസ്ഥൻ കാലങ്ങളോളം ആ വീടിനോട് ചേർന്നുനിന്നിരുന്നു. വർഷങ്ങൾക്കുശേഷം അദ്ദേഹവും മൺമറഞ്ഞു. വീട്ടിലേക്കുള്ള വഴി ഇപ്പോൾ കാറ് കയറാവുന്നതു പോലെയായി. മുകളിലത്തെ റോഡ് ബസ്റൂട്ടുമായി.

*

13

കുഞ്ഞിയോട് ഇനിയും പ്രസവിക്കരുത് എന്ന് ഡോക്ടർമാർ പറഞ്ഞിരുന്നെങ്കിലും വർഷങ്ങൾക്കുശേഷം അത് വീണ്ടും സംഭവിച്ചു. ഇരട്ടക്കുട്ടികൾ രാജുവും അനിയനും. അബോർട്ട് ചെയ്യാനായി രാഘവൻ കൊണ്ടുവന്ന മരുന്ന് കുഞ്ഞി തെക്കേപ്പറമ്പിലേക്ക് വലിച്ചെറിയുകയായിരുന്നു.

വീട്ടിലെ ഓരോ കാര്യവും ശ്രദ്ധിച്ചുചെയ്യുന്ന ഒരു ബന്ധു കുഞ്ഞിയുടെ സഹായിയായി ഉണ്ടായിരുന്നു. കുഞ്ഞി ഒഴികെ എല്ലാവരും അവരെ സ്നേഹപൂർവ്വം ജാനുച്ചേച്ചി എന്നു വിളിച്ചുപോന്നു. ജാനുവിന്റെ സാന്നിധ്യത്തിൽ കുഞ്ഞിയ്ക്ക് ഒന്നിനേപ്പറ്റിയും വേവലാതിപ്പെടേണ്ടി വന്നിരുന്നില്ല. കുട്ടികളുടെ എല്ലാ കാര്യവും ഉത്തരവാദിത്വത്തോടുകൂടി ജാനുച്ചേച്ചി തന്നെയാണ് ചെയ്തിരുന്നത്.

കുട്ടികൾ അല്പം കുറുമ്പുകാരു തന്നെയായിരുന്നു. വെള്ളമെടുക്കാൻ പമ്പോ മോട്ടോറോ ഒന്നും ഇല്ലാത്ത കാലം. ആഴമേറിയ കിണറ്റിൽനിന്നും തൊട്ടിയും കയറും ഉപയോഗിച്ചുതന്നെയാണ് വെള്ളം കോരിയെടുത്തിരുന്നത്.

വീട്ടാവശ്യങ്ങൾക്കും കുളി, നന, കുടിക്കാൻ, ശൗചകർമ്മങ്ങൾ എന്നിങ്ങനെ എല്ലാ കാര്യങ്ങൾക്കും വെള്ളം കോരിത്തന്നെയെടുക്കണം.

വൈകിട്ട് ജാനുച്ചേച്ചി വലിയപാത്രങ്ങളിൽ വെള്ളം നിറച്ചുവയ്ക്കും. അത് കണ്ടുനിൽക്കുന്ന കുട്ടികൾ പതുങ്ങി പതുങ്ങി വന്ന് എല്ലാ പാത്രത്തിലും വെള്ളത്തിലും നിരത്തി മൂത്രമൊഴിച്ചു വയ്ക്കും ജാനുച്ചേച്ചിയുടെ ശ്രദ്ധയുള്ളതുകൊണ്ടു മാത്രം മൂത്രവെള്ളം ആർക്കും കുടിക്കേണ്ടി വന്നിട്ടില്ല.

കുഞ്ഞിയുടെ ഇളയസഹോദരനും കുടുംബവും അല്പകാലം മുൻപ് വീടിന്റെ തെക്കുഭാഗത്ത് അല്പംമാറി താമസം തുടങ്ങിയിരുന്നു. അവിടെ ആറു കുട്ടികളാണ് ഉണ്ടായിരുന്നത്. രണ്ടു വീട്ടുകാരും

നല്ല ബന്ധത്തിലാണ് കഴിഞ്ഞിരുന്നത്. കുട്ടികൾ മിക്കപ്പോഴും കളിക്കാൻ അങ്ങോട്ട് പോകുമായിരുന്നു.

ഒരു ദിവസം ആ വീട്ടിൽനിന്നും ഓടിക്കിതച്ച് കുട്ടികൾ വീട്ടിലേക്ക് വന്നു. അതിനുപിറകെതന്നെ കുഞ്ഞിയുടെ സഹോദരന്റെ മകനും ചേച്ചിയും കയറിവന്നു.

അവരതെടുത്തു അവരതെടുത്തു എന്ന് പറഞ്ഞുകൊണ്ടായിരുന്നു അവർ വന്നത്. ആർക്കും ഒന്നും മനസ്സിലായില്ല. വീട്ടിൽ എല്ലായിടത്തും പരതിയെങ്കിലും ഒന്നും കിട്ടിയില്ല. നിരാശയോടെ അവർ മടങ്ങി. ഇതെന്തുസംഭവം? ഞങ്ങൾ ഒന്നും അറിഞ്ഞില്ലേ! എന്ന ഭാവത്തിൽ പാവത്താന്മാരായി കുട്ടികൾ ഒരു മൂലയിൽ നിൽക്കുന്നുണ്ടായിരുന്നു. ചെറിയമ്മാവന്റെ മകന്റെ വിസിൽ അടിച്ചുമാറ്റി. കൊതികൊണ്ട് അതൊന്ന് ഊതി നോക്കുകകൂടി ചെയ്തു! പോരെ. എന്നിട്ട് ഓടിവന്നു തുറുകൂട്ടിക്കൊണ്ടു പറമ്പിൽനിന്ന ഒരു സ്ത്രീയുടെ മടിയിലേക്ക് തിരുകിവച്ച് മിണ്ടിപ്പോകരുത് മിണ്ടിയാൽ കൊന്നുകളയും എന്നുപറഞ്ഞിട്ടാണത്രേ വീട്ടിലേക്ക് ഓടിക്കയറിയത്. വിസിൽ മോഷണം കഴിഞ്ഞ ഒരാഴ്ച കഴിഞ്ഞപ്പോൾ ഇരട്ടകളിൽ മൂത്തയാളായ രാജു മെനിഞ്ചൈറ്റിസ് വന്ന് മരിച്ചു. വെളുപ്പിന് തലവേദന തുടങ്ങിയപ്പോൾ അടുത്തുള്ള ആശുപത്രിയിൽ എത്തിച്ചു. രണ്ടു മണിക്കൂറിനു ശേഷം തിരുവനന്തപുരം മെഡിക്കൽ കോളേജിൽ എത്തിച്ചെങ്കിലും വൈകിപ്പോയിരുന്നു. തിരികെ ജഡമാണ് വീട്ടിലേക്ക് കൊണ്ടുവന്നത്. കുഞ്ഞിക്കും രാഘവനും അത് വലിയ ഒരു ഷോക്കായിരുന്നു. ആറ് ആൺ കുട്ടികൾക്ക് ജന്മം നൽകിയെങ്കിലും അഞ്ച് ആൺകുട്ടികളെയും ദൈവം തിരിച്ചുവിളിച്ചു.

കുട്ടിയുടെ മരണശേഷം വിസിലുമായി ആ സ്ത്രീ വീട്ടിൽ വന്നു. എന്തൊക്കെയോ പറഞ്ഞു സങ്കടപ്പെടുന്നുണ്ടായിരുന്നു.

ഇവിടെ തുറു എന്നതിനെപ്പറ്റി ഒന്നു പറഞ്ഞുപോകാം. അല്പം വണ്ണവും നീളവുമുള്ള ഒരു വലിയ കഴ (കമ്പ്) നേരെ മുകളിലേക്ക് കുഴിച്ചു നിർത്തുന്നു. അതിനുതാഴെ ചുറ്റിനുമായി വൃത്താകൃതിയിൽ കനമുള്ള കമ്പുകൊണ്ട് അധികം ഉയരത്തിലല്ലാതെ ഒരു പ്ലാറ്റ്ഫോം കെട്ടിവെക്കുന്നു. അതിനുമുകളിലായി കച്ചി (വൈക്കോൽ) നിരത്തുന്നു. അതിനുമുകളിൽ കയറിനിന്ന് കുറേശ്ശെ കുറേശ്ശെ കച്ചി ഇട്ടു ചവിട്ടിച്ചവിട്ടി കഴയുടെ മുകളറ്റംവരെ നിറയ്ക്കുന്നു. ഒതുക്കി ഒതുക്കി അത് വൃത്താകൃതിയിലാണ് നിരത്തുന്നത്. മുകളിലേക്ക് ഉയർത്തി ഒരു ഗോപുരംപോലെയാക്കും. മുകളിൽ കഴയുടെ അറ്റത്തുനിന്നു താഴെയായി തുഞ്ചാണി (ഓലമടലിന്റെ അറ്റം) വെട്ടി താഴോട്ടാക്കി

കെട്ടിവെക്കുന്നു. കഴയുടെ മുകളിലുള്ള അറ്റത്ത് അരിമാവുകൊണ്ട് പടം വരച്ച ഒരു മൺകലം കമിഴ്ത്തി വയ്ക്കുന്നു. മഴ പെയ്താലൊന്നും കച്ചി നനയില്ല. ഏറ്റവും മുകളിലുള്ള കച്ചിയിലൂടെ വെള്ളം താഴേക്ക് ഒഴുകിപ്പോകും. തുറുവിന്റെ താഴെനിന്നും ആവശ്യത്തിന് കച്ചി വലിച്ചെടുത്താണ് ഉപയോഗിക്കുന്നത്. ഇതിന് തുറു, കച്ചിത്തുറു എന്നൊക്കെ പറയുന്നു. ഒളിച്ചു കളിക്കുമ്പോൾ ഇതിനടിയിൽ ഒളിച്ചിരിക്കാൻ നല്ല രസമാണ്, സൗകര്യവും.

അന്നൊക്കെ വൈക്കോൽ വച്ച് മേൽക്കൂര മേഞ്ഞിട്ടുള്ള ധാരാളം കുടിലുകൾ ഉണ്ടായിരുന്നു. സാമ്പത്തികഭദ്രതയ്ക്കനുസരിച്ച് കാലക്രമത്തിൽ പതിയെപ്പതിയെ മെടഞ്ഞ ഓലകളും ഓടും വാർക്കലും ഒക്കെയായി പരിണമിച്ചു.

ആ വീടിന്റെ ചുറ്റുവട്ടത്തായി മാപ്പിളമാരുടെ (ക്രിസ്ത്യാനി) ഒരു പഴയ വീടൊഴിച്ചാൽ മറ്റു വീടുകൾ ഒന്നും ഉണ്ടായിരുന്നില്ല. അടിയാളന്മാരുടെ ഒരു കോളനി തന്നെ അവിടെ ഉണ്ട്.

അവിടമെല്ലാം അതിരുകളില്ലാതെ തുറന്ന സ്ഥലമായിട്ടാണ് കിടന്നിരുന്നത്.

ഒരു കൗതുകത്തിനുവേണ്ടി രാഘവൻ പാണ്ടിക്കാളക്കച്ചവടക്കാരിൽനിന്നും ഒരു പാണ്ടിപ്പശുവിനെ വാങ്ങി വീട്ടിൽ കൊണ്ടുവന്നു.

നല്ല വലിപ്പമുള്ള നീണ്ട കൊമ്പുള്ള ഒരു കൊച്ചു സുന്ദരി. മറ്റു പശുക്കളുള്ളതിനാൽ, എല്ലാവരും സ്നേഹപൂർവ്വം അതിനെ പാണ്ടിപ്പശു എന്നുവിളിച്ചു. വളരെ അടക്കമുള്ള പശു ആയിരുന്നു അത്. പ്രസവിച്ചാൽ അടുത്ത പ്രസവം വരെ പാൽ തരും. ചവിട്ടും തൊഴിയും ഒന്നുമില്ലാതെ വളരെ അനുസരണയോടുകൂടി കൊച്ചു കുട്ടികൾക്കു പോലും കറക്കാൻ പാകത്തിന് നിന്നുകൊടുക്കും. അതി ന്റെ പരിചരണവും പറമ്പിൽ കൊണ്ടുപോയി തീറ്റുന്നതും എല്ലാം ജാനുച്ചേച്ചി തന്നെയായിരുന്നു.

തൊഴുത്തിൽനിന്നും കയർ അഴിച്ചാൽ ഒരൊറ്റ ഓട്ടമാണ്. അതിരില്ലാത്ത പറമ്പിന്റെ അങ്ങേയറ്റത്ത് ചെന്നേ നിൽക്കൂ. അവിടെനിന്ന് അവൾ തിരിഞ്ഞുനോക്കും. കയറിന്റെ ഇങ്ങേയറ്റത്ത് കിതച്ചു നിൽക്കുന്ന ജാനുച്ചേച്ചി അവിടെത്തന്നെ ഉണ്ടോ എന്നു നോക്കുംപോലെ. സിനിമയിലെ ചില സീനുകളിൽ കാണുന്നതുപോലെ ചിരി പൊട്ടുന്ന കാഴ്ച.

വീടിന്റെ ചുറ്റുമുള്ള പറമ്പുകളിൽ കുട്ടികൾ കുട്ടയും പിച്ചാത്തിയുമായി കൂട്ടുകാരോടൊപ്പം ജാഥപോലെ ഒരു പോക്കുണ്ട്. പശു വിന് പുല്ലറുക്കാൻ ആണെന്നാണ് വെപ്പ്. മറക്കാനാകാത്ത രസകരമായ

നിമിഷങ്ങൾ. അറുത്തും പിഴുതും കൂട്ടിയ പുല്ലുകൾ തോട്ടിലിട്ടു കഴുകി തോർത്തി കുട്ടയിൽ ഇട്ട് മടങ്ങും. ആർക്കാണ് കൂടുതൽ കിട്ടുക എന്ന രീതിയിലുള്ള ഒരു മത്സരബുദ്ധി കൂടി ഇതിൽ ഉണ്ടായിരുന്നു.

കുഞ്ഞിയുടെ ഇളയസഹോദരന്റെ പറമ്പിൽ നിറയെ കൃഷിയാണ്. അയാൾ അധ്യാപകനാണെങ്കിലും പാടത്തും പറമ്പിലും ധാരാളം കൃഷിയുണ്ട്.

മുറ്റത്ത് ഇല കാണാത്തപോലെ കുലകുലയായി കായ്ച്ചുനിൽക്കുന്ന നാടൻ നെല്ലിമരം ഉണ്ട്. അതിന്റെ ചുവട്ടിൽ നിന്നും കുട്ടികൾ മാറില്ല.

വീടിന്റെ മുന്നിൽ ഉള്ള തോട് ഒഴുകി നീതുവിന്റെ പറമ്പിന്റെ നടുവിലൂടെയാണ് പോകുന്നത്. അവിടെ ചെറിയ ഒരു കുളം ഉണ്ട്. അനുവും രാഗിയും നീതുവുംകൂടി കുളിക്കാനായി കുളത്തിലേക്ക് ഒരു പോക്കുണ്ട്. ഒരാൾ കരയിൽനിന്ന് എണ്ണുമ്പോൾ മറ്റൊരാൾ ചെളിമണമുള്ള കുളത്തിലെ വെള്ളത്തിൽ മുങ്ങിക്കിടക്കും. ഇത് ഓരോരുത്തരും ആവർത്തിക്കും. ഏറ്റവും കൂടുതൽ സമയം മുങ്ങിക്കിടക്കുന്നവരാണ് വിജയം കൊയ്യുക. അതൊരു ഹരമുള്ള വിനോദമായിരുന്നു. കുളിയും തേവാരവും കഴിഞ്ഞ് വിജയിയെയും പ്രഖ്യാപിച്ചു പിരിയും.

*

14

ഓണത്തിന് ദിവസങ്ങൾക്ക് മുമ്പുതന്നെ വീടിനു ചുറ്റുപാടും അകവും എല്ലാം തൂത്തു വൃത്തിയാക്കിത്തുടങ്ങും. ജാനുച്ചേച്ചിതന്നെയാണ് മുൻകൈയെടുക്കാറ്. ഗ്രാമത്തിലെ ഓണക്കാലം ബഹുരസമാണ്.

അത്തപ്പൂക്കളത്തിനായിരുന്നു പ്രാധാന്യം. പൂക്കൾ എങ്ങുനിന്നും വാങ്ങാൻ കിട്ടില്ലല്ലോ. കുട്ടയും വട്ടിയുമായി കാടും മേടും മലയുമെല്ലാം അരിച്ചു പെറുക്കും. പൂക്കളെല്ലാം വകഭേദമില്ലാതെ ശേഖരിക്കും. മലയിൽനിന്ന് തെറ്റിപ്പൂക്കളാണ് ഏറെയും കിട്ടുക.

കുളിച്ച് വസ്ത്രം മാറി രാവിലെ മൂന്നുമണി മുതൽ പൂക്കളമിടാൻ തുടങ്ങും. വലിയ വലിയ പൂക്കളങ്ങളാണ് ഇടാറ്. തിരുവോണത്തിനാണ് ഏറ്റവും വലിയ പൂക്കളം ഇടുക.

വടക്കോട്ട് അത്തം മുതൽ ഓരോതരം പൂക്കൾ കൂട്ടിക്കൂട്ടിയിടുന്ന സമ്പ്രദായമുണ്ട്. അത്തത്തിന്റന്ന് ഒരു പൂ മാത്രമാവും കളത്തിൽ ഇടുക. അത് തുമ്പപൂവ് ആയിരിക്കും. രണ്ടാം ദിവസം രണ്ടു തരം പൂക്കൾ. മൂന്നാം ദിവസം മൂന്നുതരം ഇങ്ങനെ കൂട്ടിക്കൂട്ടി പത്താംദിവസം തിരുവോണത്തിന് പത്തുതരം പൂക്കൾകൊണ്ടാവും പൂക്കളമിടുന്നത്. അതിന് ഓരോ ദിവസവും ഇന്നതരം പൂക്കൾതന്നെ വേണം എന്നുപോലുമുണ്ടത്രെ. ഇപ്പോൾ എവിടെയും അത് കാണുന്നില്ല. തൃക്കാക്കരയപ്പനെ വയ്ക്കൽ വടക്കോട്ട് പ്രധാനമാണ്, എന്നാൽ തെക്കോട്ടൊന്നും ഈ സമ്പ്രദായം അന്നുണ്ടായിരുന്നില്ല.

അതുപോലെതന്നെ വൃശ്ചികമാസം ആദ്യം മുതൽ അവസാനം വരെ രാവിലെ നിലവിളക്ക് കൊളുത്തിവെച്ച് അതിനു മുൻപിൽ ഒരു പലകയിൽ വൃശ്ചികപ്പൂവ് വെക്കുന്ന ഒരു രീതിയുണ്ട്. വടക്കോട്ട് ആ രീതി നിലവിലില്ല. കൂടെ ഒരു ചെറിയ കിണ്ടിയിൽ വെള്ളവും വയ്ക്കും.

ആ പൂവിന് വൃശ്ചികപ്പൂവ് എന്നുതന്നെയാണ് പറയാറ്. വേറെ പേരുകൾ പലയിടത്തും ഉണ്ടാവും. മഞ്ഞ നിറത്തിൽ ചെമ്പരത്തിപ്പൂ

വിന്റെ ഇതളുപോലെ വിരിഞ്ഞുനിൽക്കുന്ന മൃദുലമായ ഇതളുകൾ, നടുവിൽ കാപ്പിപ്പൊടിനിറത്തിൽ തിളക്കമുള്ള ഒരു ഭാഗമുണ്ട്, അതിനു നടുക്കായി വലിയ നീളമില്ലാത്ത മഞ്ഞയും കാപ്പിപ്പൊടിയും നിറത്തിലുള്ള പൊടികളുള്ള കേസരവുമായി നല്ല ഭംഗിയുള്ള പൂവ്. മുള്ളുകളോടുകൂടി പടർന്നുകിടക്കുന്ന ഒരു ചെടിയാണിത്. വൃശ്ചികം ആകുമ്പോഴേക്കും പടർന്നു പൂവിട്ടുനിൽക്കുന്നത് കാണാം.

വൃശ്ചികം ഒന്നാം തീയതി ഒരു പൂവ് രണ്ടാം തീയതി രണ്ടു പൂവ് എന്നക്രമത്തിൽ മുപ്പത്തിരണ്ടാം തീയതി 32 പൂവ് വെക്കുന്ന ഒരു രീതിയുണ്ട്. ആദ്യം അതിനായി പദ്ധതിയിടുമെങ്കിലും നടക്കാറില്ല. അതിനുവേണ്ടി കാടും മലയും കയറി ഇറങ്ങുന്നത് എന്തോ വലിയ കാര്യം ചെയ്യുന്നതുപോലെയാണ്. മിക്കവാറും ദൗർലഭ്യവും അത് ശേഖരിക്കാനുള്ള ബുദ്ധിമുട്ടുകളും കാരണം മാസത്തിന്റെ പകു

തിയാവുമ്പോഴേക്കും എല്ലാവരും ആ ഉദ്യമം ഉപേക്ഷിക്കും.

എന്നും ഒരു പൂവു വെച്ചാൽ മതി എന്ന തീരുമാനത്തിലെത്തും. അങ്ങനെ എല്ലാ ദിവസവും ഒരു പൂ മാത്രം വയ്ക്കും.

തിരുവോണത്തിന്റന്ന് രാവിലെ കുളിച്ച് പുത്തനുടുപ്പ് ഒക്കെ ഇട്ടാണ് പൂക്കളമിടാൻ തുടങ്ങുന്നത്.

ഓണക്കോടിയായി അന്ന് അനുവിനും രാഗിക്കും ഒരേപോലുള്ള തുണികളാണ് അച്ഛൻ എടുക്കാറ്. അന്ന് റെഡിമെയ്ഡ് പ്രചാരത്തിലില്ല. തുണിയെടുത്ത് പാകത്തിന് തൈപ്പിക്കുക തന്നേ മാർഗ്ഗമുള്ളൂ. രാഘവൻ മക്കളോടുള്ള സ്നേഹം മൂത്ത് രണ്ടു ജോഡി ഡ്രസ്സ് ഒക്കെ വാങ്ങിക്കളയും. അതോ യൂണിഫോം പോലെ ഒരേ തരത്തിലുള്ള ചീട്ടിത്തുണി. പക്ഷേ അന്ന് അതും കുട്ടികൾക്ക് ഹരം തന്നെയായിരുന്നു. ഇരട്ടക്കുട്ടികൾ വന്നതിനുശേഷം കുറേക്കാലം അവർക്കും ഈ യൂണിഫോം ഡ്രസ്സുകൾ ബാധകമായിരുന്നു.

ഓണത്തിന് ഊഞ്ഞാൽ ഇടാത്തതും സദ്യ ഒരുക്കാത്തതുമായ ഒരു വീടും ഉണ്ടായിരുന്നില്ല. ഏതെങ്കിലുമൊരു മരത്തിന്റെ ചെറിയ കൊമ്പിലെങ്കിലും ഒരു ഊഞ്ഞാൽ കെട്ടിയിരിക്കും.

ഉത്രാടമായാൽ ബഹളമയം ആണ്. ഉത്രാടമുച്ച തിരിഞ്ഞാൽ അച്ചിമാർക്കെല്ലാം വെപ്രാളം എന്ന ചൊല്ല് ശരിക്കും അർത്ഥവത്തായ കാലമായിരുന്നു അത്. സദ്യ ഒരുവിധം ആയാൽ തിരുവോണത്തിന്റന്ന് മാവേലി സങ്കല്പത്തിൽ വിളക്കിനു മുൻപിൽ തൂശനിലയിൽ സദ്യ വിളമ്പും. അങ്ങനെ വിളമ്പുന്ന സദ്യ മുറ്റമടിക്കുന്ന സ്ത്രീയുടെ ഒരു അവകാശം പോലെയായിരുന്നു. തിരുവോണത്തിന് മറ്റു വീടുകളിൽ നിന്നും സാധാരണയായി ആരും സദ്യ കഴിക്കാറില്ല. പക്ഷേ അവർ നമ്മുടെ വീട്ടിൽ നിന്നുതന്നേ ഉണ്ണാറുള്ളൂ.

കുഞ്ഞി അവിടെ താമസമായി വളരെക്കാലത്തിനു ശേഷമാണ് ആ സ്ത്രീ മുറ്റമടിക്കാനായി അവിടെ എത്തിയത്. കുഞ്ഞിപ്പെണ്ണ്, അതാണ് അവളുടെ പേര്. 20, 25 വയസ്സ് പ്രായമുള്ള അടിയാള സമുദായത്തിൽപ്പെട്ടവൾ. സാമാന്യം സുന്ദരി തന്നെ. ഇടതൂർന്ന മുടി മേലോട്ടാക്കി കെട്ടിവെച്ച് ഒരു മുണ്ടും ബ്ലൗസും ഇതാണ് അവളുടെ വേഷം. കല്യാണം കഴിക്കുക എന്നൊന്ന് അവരുടെ ഇടയിൽ പ്രചാരത്തിൽ ഉണ്ടായിരുന്നില്ല. വന്ന് ഇഷ്ടമായാൽ കൂടെ താമസിക്കുക അത്രമാത്രം. എത്ര മക്കളുണ്ടായാലും അവർ അവിടെ വളർന്നോളും.

കുഞ്ഞിപ്പെണ്ണിന്റെ കൂടെ താമസിച്ചിരുന്നത് അവരുടെ സമുദായത്തിൽത്തന്നെയുള്ള ഗോവിന്ദൻ എന്ന ഒരാളാണ്. ഏതാണ്ട് ആറടി നീളത്തിൽ നന്നേ മെലിഞ്ഞ അല്പം കൂനുള്ള ഒരാൾ. അതുകൊണ്ടു

തന്നെ നാട്ടുകാർ കൂനൻ കോന്നൻ എന്ന വിളിപ്പേരുമിട്ടു. വീടിന്റെ പരിസരം വൃത്തിയാക്കാൻ മേൽനോട്ടത്തിനായി കുഞ്ഞി അവരെ അവിടെ പിടിച്ചു നിർത്തി. അവർ അവിടെ സന്തതസഹചാരികളായിത്തീർന്നു.

കുഞ്ഞിയുടെ പഴയ മുണ്ടും ബ്ലൗസും ഒക്കെത്തന്നെയാണ് കുഞ്ഞിപ്പെണ്ണ് എന്നും ഉപയോഗിച്ചിരുന്നത്. കുട്ടികൾ കുറച്ച് വലുതായപ്പോൾ അവരും സഹായത്തിന് എത്തിയിരുന്നു. മൂത്തതുരണ്ടും പെൺകുട്ടികളായിരുന്നു. പാറുവും പങ്കച്ചിയും. സമയം കിട്ടുമ്പോഴൊക്കെ കുഞ്ഞിയുമായി വർത്തമാനം പറഞ്ഞിരിക്കുന്നത് അവർക്ക് ഇഷ്ടമായിരുന്നു. അവർ തങ്ങളിൽ ഒരു പ്രത്യേക ഇഴയടുപ്പമുണ്ടായിരുന്നു. കുഞ്ഞി മരിക്കുന്നതുവരെയും അതു തുടർന്നിരുന്നു. രണ്ടുപേരും ഓരോരുത്തരുമായി ജീവിതം തുടങ്ങി. ഇളയവൾ നാട്ടിൽത്തന്നെ പറ്റിക്കൂടി നിന്നു.

മാവേലിക്ക് വിളമ്പിയതിനുശേഷം എല്ലാവർക്കും ഇലയിട്ട് ഊണിനുള്ള വട്ടം കൂട്ടലാണ്. ഊണ് കഴിഞ്ഞാൽ കുഞ്ഞി, കുഞ്ഞിയുടെ വീട്ടിലേക്കും രാഘവൻ തന്റെ വീട്ടിലേക്കുമാണ് പോകാറ്.

ജാനുച്ചേച്ചിയുമൊത്ത് കുട്ടികളും പടിയിറങ്ങും. ഇത്രയും സ്വതന്ത്രമായി കിട്ടുന്ന ഒരേ ഒരു ദിവസമാണ് തിരുവോണം. പുത്തനുടുപ്പൊക്കെയിട്ട് ഗമയിലും ആർത്തട്ടഹസിച്ചുമൊക്കെയാണ് പോക്ക്. ആദ്യം കുഞ്ഞിയുടെ വീട്ടിലേക്കും പിന്നെ രാഘവന്റെ വീട്ടിലേക്കും.

രാഘവന്റെ വീട്ടിലെ മുറ്റം വളരെ വിശാലമായിട്ടുള്ളതാണ്. അവിടെയാണ് ആളുകൾ കൂടുന്നതും കളികൾ നടക്കുന്നതും. കൊച്ചു കുട്ടികൾ മുതൽ പ്രായമായവർ വരെ കളിയിൽ ഏർപ്പെടും. സ്ത്രീകളും കുട്ടികളുമാണ് കൂടുതലും ഉണ്ടാവുക. ആൺകുട്ടികൾ പന്ത് കളിക്കാനും കിളിത്തട്ട് കളിക്കാനും ഒക്കെയായി മാറും. ഓണക്കാലത്തുള്ള ഒരുപാട് തരം കളികളുണ്ട്. എല്ലായിടത്തും വലിയ വലിയ ഊഞ്ഞാൽ കെട്ടിയിട്ടുണ്ടെങ്കിലും രാവിലെ ആരും ആ വഴിയ്ക്കു തിരിയാറില്ല.

കുട്ടികൾക്കുള്ള ചെറിയ ചെറിയ കളികളും നടക്കുന്നുണ്ടാവും. അടിച്ചേച്ചോട്ടം, കണ്ണുപൊത്തിക്കളി, കണ്ണുകെട്ടിക്കളി ഇതുകൂടാതെ തിരുവാതിര, കൈകൊട്ടിക്കളി, കുടുകുടു, കുമ്മിയടി, കുഴിക്കല്ലുകളി, കൊത്തംകല്ലുകളി, ചെമ്പഴുക്ക, പെണ്ണുപിടി, തോലിട്ടുകളി, പശുവും പുലിയും, വടംവലി, പൂപ്പാട്ട്, സാറ്റുകളി ഇതുകൂടാതെ തവളച്ചാട്ടം, ചാക്കിൽച്ചാട്ടം, മുക്കാലിലോട്ടം ഇവയൊക്കെ സർവ്വസാധാരണമായ കളികളാണ്.

കുടമൂത്ത് എന്നൊരു കളിയുണ്ട്. ഇതിൽ മിക്കവാറും പെൺകുട്ടികളും സ്ത്രീകളുമാണ് പങ്കെടുക്കാറുള്ളത്. ചെമ്പുകുടത്തിൽ

രണ്ടോ മൂന്നോ കല്ലുകളോ നാണയങ്ങളോ ഇടുന്നു. അതും പിടിച്ച് ഒരാൾ നടുക്ക് നിൽക്കുന്നു. മുടി അഴിച്ചിട്ടിരിക്കും. അതിനു വട്ടമിട്ട് ബാക്കി ആളുകൾ നിൽക്കുന്നു. വട്ടം നിൽക്കുന്നവർ പാട്ടും കുരവയും കൊട്ടും ആർപ്പുവിളികളും ഒക്കെയായി രംഗം കൊഴുപ്പിക്കുന്നു. നടുക്ക് കുടം പിടിച്ചു നിൽക്കുന്ന ആൾ ഒരു കാൽ അൽപ്പം പൊക്കി വിടർത്തി എത്തിയെത്തി വട്ടംചാടി കൊണ്ടിരിക്കും. ഒപ്പംതന്നെ കുടം അല്പം മേൽപ്പോട്ടിട്ടു പിടിക്കുകയും കുടത്തിന്റെ വായിൽ ഊതുകയും ചെയ്യുന്നു.

'കുടമൂതെടി കുടമൂതെടി കൂശത്തിപ്പെണ്ണേ
കുടത്തിന്റെ വില ചൊല്ലടി കൂശത്തിപ്പെണ്ണേ.'

എന്നുതുടങ്ങുന്ന പാട്ടാണ് പാടുക. രംഗം ബഹളമയമാകുമ്പോൾ കുടം പിടിച്ചിരിക്കുന്ന ആൾ തുള്ളിത്തുടങ്ങും. കുറേ കഴിയുമ്പോൾ പാട്ട് നിർത്തി സാധാരണ രീതിയിൽ ആകുന്നു. വർഷങ്ങളായി നടുക്കുനിന്നിരുന്നത് ജാനുച്ചേച്ചിയാണ്. ജാനുച്ചേച്ചി പെട്ടെന്ന് തുള്ളുമത്രേ. അവർക്ക് ഇടയ്ക്കിടയ്ക്ക് ബോധക്കേട് വരുമായിരുന്നു. ബാധയുടെ ഉപദ്രവം ആണെന്നാണ് പറയുന്നത്. അതുകൊണ്ടാണോ പെട്ടെന്ന് തുള്ളുന്നത് എന്നറിയില്ല. പിന്നെ അഴിച്ചിട്ടാൽ മുട്ടോപ്പം എത്തിനിൽക്കുന്ന മുടിയാണ് ജനുച്ചേച്ചിക്ക്. അതുകാണാൻ ഒരു അഴകുതന്നെയാണ്. ഇതു തന്നെയാവാം കുടം ഊതുന്ന കൂശത്തിപ്പെണ്ണാക്കാനുള്ള കാരണങ്ങൾ.

അതുകഴിഞ്ഞാൽ ഒരു തുമ്പിതുള്ളൽ കളിയുണ്ട്. അതിന് നിലത്ത് നടുക്കായി കയ്യിൽ ഒരു പൂക്കുലയും പിടിച്ച് മുടിയഴിച്ചിട്ട് തുമ്പിപ്പെണ്ണിനെ ഇരുത്തുന്നു. തുമ്പിപ്പെണ്ണിന് ചുറ്റും മറ്റാൾക്കാരും വട്ടമിട്ടിരിക്കുന്നു.

'എന്താ തുമ്പി തുള്ളാത്തെ.....
പൂവു പോരാഞ്ഞോ പൂക്കുല പോരാഞ്ഞോ....
എന്താ തുമ്പി തുള്ളാത്തെ....'

എന്നുതുടങ്ങുന്ന പാട്ടുപാടി കുരവയും കൊട്ടും മേളവും ആർപ്പുവിളിയും ഒക്കെയായി രംഗം കൊഴുക്കുമ്പോൾ പൂക്കുല പിടിച്ചുകൊണ്ടിരിക്കുന്ന തുമ്പിപ്പെണ്ണ് നിരങ്ങി നിരങ്ങി വട്ടം കറങ്ങിക്കൊണ്ടിരിക്കുന്നു. ആർപ്പുവിളികളുടെ ആരവത്തിൽ തുമ്പിപ്പെണ്ണ് തുള്ളാൻ തുടങ്ങും. നിരങ്ങൽ വേഗത്തിലാക്കും. പെട്ടെന്നുതുള്ളും എന്നതുകൊണ്ടുതന്നെ തുമ്പിപ്പെണ്ണാകുന്നതും ഈ ജാനുച്ചേച്ചിതന്നെ. മറ്റുള്ളവർ പാടിത്തകർക്കുമ്പോൾ തുമ്പിപ്പെണ്ണ് തുള്ളിത്തകർക്കും.

അതു കണ്ടുകൊണ്ടിരിക്കുന്ന ഓരോ കുഞ്ഞുമനസ്സിനും സംശയമുണ്ടായിരുന്നു. ആ സംശയം ഇന്ന് നമ്മുടെ മനസ്സിലും ഉടലെടുക്കു

ന്നില്ലേ. ഈ ജാനുച്ചേച്ചി മനഃപ്പൂർവ്വം തുള്ളി അഭിനയിച്ചതല്ലേ എന്ന്. അല്ലെങ്കിൽ ആ ബഹളത്തിൽ എന്തേ മറ്റുള്ളവരൊക്കെ തുള്ളാതിരിക്കുന്നത്?

ഈ കളികളുടെ ഒക്കെ ഇടയിലായി ഊണും ഒന്നും ഉണ്ടാവില്ല. എല്ലാ വീടുകളിലും കായവറുത്തത്, ശർക്കരപുരട്ടി, ചേമ്പുവറുത്തത്, ചേനവറുത്തത് ചിലയിടത്ത് പായസം ഒക്കെ ഉണ്ടാവും. ഇവ എല്ലാവർക്കും കൊടുക്കുക എന്നത് ഒരു അലിഖിത നിയമമാണ്. അതുകൊണ്ടു തന്നെ ആർക്കും ക്ഷീണവും വിശപ്പും ഉണ്ടാവില്ല.

ആറോ ഏഴോ പേർക്കിരിക്കാവുന്ന ഒരു വലിയ ഊഞ്ഞാൽ, ഊഞ്ഞാലുവള്ളികൊണ്ട് കുഞ്ഞിയുടെ ചേച്ചിയുടെ വീട്ടിൽ കെട്ടിയിട്ടുണ്ടാവും. ആ ഊഞ്ഞാലുവള്ളി ഇപ്പോഴും സർപ്പക്കാവുകളിലൊക്കെ പടർന്നു കിടക്കുന്നത് കാണാം. നല്ല ബലമുള്ള വള്ളിയാണ്. അത് പണ്ട് നാട്ടിൽ എവിടെയെങ്കിലും ഒക്കെ കാണുമായിരുന്നു.

അവസാനത്തെ ഒത്തുകൂടൽ ഊഞ്ഞാലിന്റവിടെയാണ്. ആട്ടവും പാട്ടും കുരവയും കൈകൊട്ടുമൊക്കെയായി ഒരു മേളമായിരിക്കും.

അതിനിടയിൽ കുടുകുടു കളിയും പെണ്ണുപിടി കളിയും ഒക്കെ ഉണ്ടാവും. ഈ കളികളെല്ലാം കഴിഞ്ഞാൽ മേളം അവസാനിക്കുകയായി. പാട്ടുപാടി കുരവയിടുക എന്നത് കുഞ്ഞുകുട്ടികൾ മുതൽ പ്രായമായവർ വരെ ചെയ്തിരുന്ന കാര്യമാണ്.

'മാവേലി നാടുവാണീടുംകാലം' എന്ന പാട്ട് നീട്ടിപ്പാടി കുരവയിട്ട്, ജനഗണമന എന്നതുപോലെ പോലെ അന്നത്തെ ഓണം ഏതാണ്ട് സമാപനമാകും. ആ കാലത്ത് ടിവിയോ മൊബൈലോ ഒന്നുമില്ലാത്തതിനാൽ എല്ലാവരും ഇതിൽ ഭാഗഭാക്കാകുമായിരുന്നു. ഈ കളികൾക്കൊന്നും ചെറുപ്പവലിപ്പങ്ങൾ ഉണ്ടായിരുന്നില്ല എന്നതാണ് ഇതിന്റെ പ്രത്യേകതയും.

കുഞ്ഞിയുടെ തറവാടിനടുത്ത് ഒരു വിരിഞ്ഞ പാറയുണ്ട്. കുടുംബക്കാർ നടത്തുന്ന ഒരു ചടങ്ങായി ഐശ്വര്യ സമ്പത്ത് സമൃദ്ധിക്കായി തിരുവോണദിവസം ഒരു പൂജ ആ പാറയിൽ നടത്തിവന്നിരുന്നു. അന്നത്തെ ദിവസം കുടുംബത്തിലെ എല്ലാവരുടെയും വീട്ടിൽ ഉച്ചവരെ അതായത് പൂജ കഴിയുന്നതുവരെ വിളക്ക് കത്തിച്ചുവയ്ക്കണം എന്നതാണ് വിശ്വാസം. ഉച്ച കഴിഞ്ഞാൽ അവിടെ നിന്നും അവലും മലരും പ്രസാദമായി എല്ലാ വീടുകളിലും എത്തിക്കും. നേരത്തെ എല്ലാവരുംകൂടി നടത്തിയിരുന്ന പൂജ ഇന്ന് ഒരു വീട്ടുകാർ മാത്രമായിട്ടാണ് നടത്തുന്നത്. അതിനുവേണ്ടി സാമ്പത്തികം വകയിരുത്തിയിരിക്കുന്നു.

അങ്ങനെ ഓണാഘോഷത്തിരതള്ളലിനെയും മറികടന്ന് നഷ്ടബോധത്തോടുകൂടി അടുത്ത സുപ്രഭാതം വിരിയുന്നു.

*

15

ബന്ധുവീടുകളിൽ സന്ദർശനം നടത്തുക എന്നത് അന്നൊക്കെ കുടുംബങ്ങളുടെ ഒരു സംസ്കാരമായിരുന്നു. കുഞ്ഞി തന്റെ രണ്ടു നാത്തൂൻമാരുമായി രാവിലെ ഇറങ്ങിയാൽ ഉച്ചയൂണ് ഏതെങ്കിലും വീട്ടിലാക്കി, എല്ലായിടത്തും കറങ്ങും. വൈകിട്ടായിരിക്കും മടക്കം. മാസത്തിലൊരു ദിവസം ഈ കറക്കം പതിവാണ്.

എല്ലാ വീടുകളിലും കാർഷികവിഭവങ്ങൾ ചേന, കാച്ചിൽ, കിഴങ്ങ്, ചേമ്പ്, മാങ്ങ, പേരക്ക തുടങ്ങിയവ യഥേഷ്ഠം ഉണ്ടാകും. എന്നാലും പരസ്പരം കൊടുക്കൽ വാങ്ങലിൽ എല്ലാവരും തല്പരരുമായിരുന്നു.

കുഞ്ഞിയും നാത്തൂൻമാരും അന്ന് കുട്ടികളോടൊപ്പമാണ് സന്ദർശനത്തിനിറങ്ങിയത്. കുടുംബവീട്ടിലെ പന്തലിച്ച നാട്ടുമാവിൽ കുലകുലയായി തൂങ്ങിക്കിടക്കുന്ന മാങ്ങകൾ കുട്ടികളെ ഹഠാദാകർ ഷിച്ചു. രാഗിക്ക് സഹിക്കാൻ കഴിഞ്ഞില്ല. ഹായ്!! എന്നറിയാതെ പറഞ്ഞുപോയി. കുഞ്ഞി കണ്ണിറുക്കിയെങ്കിലും അവളതൊന്നും കണ്ട തേയില്ല. മാങ്ങയിൽത്തന്നെ കണ്ണുംനട്ടുനിന്നു. കണ്ടുനിന്ന അമ്മാവി കുട്ടികളെ വിളിച്ചു പാത്രം കൊണ്ടുവരു പറിച്ചുതരാം എന്നു പറയുക കൂടി ചെയ്തപ്പോൾ വായിൽ കപ്പലോടിക്കാമെന്നായി.

വീട്ടിലെ മൂവാണ്ടൻമാവിലെ കണ്ണിമാങ്ങ കട്ടുപറിച്ച് തിന്നുന്ന രാഗിക്ക് ഇതിൽപരം എന്തുവേണം.

കേട്ടപാതി കേൾക്കാത്തപാതി അമ്മാവന്റെ മകൾ നീതുവിന്റെ കൈയും പിടിച്ച് രാഗി ഓടി, ഒരു കിലോമീറ്റർ ദൂരത്തുള്ള വീട്ടിലേയ്ക്ക്.

അന്ന് പ്ലാസ്റ്റിക് ബാഗുകളൊന്നുമുണ്ടായിരുന്നില്ല. കുട്ടയും വട്ടിയും ഒക്കെ തന്നെയാണ് ആശ്രയം. പല കുട്ടകളും തിരഞ്ഞ് തിരഞ്ഞ് അവസാനം മാങ്ങ എന്ന ദൗർബല്യം കാരണം കൈവെച്ചത് സാമാന്യം വലിയ ഒരു കുട്ടയിലാണ്. തിരിച്ച് തലയിൽ വെച്ചു കൊണ്ടുവരേണ്ട കാര്യം അവൾ ഓർത്തതേയില്ല. സ്വന്തം വലിപ്പവും അവളോർത്തില്ല. നീതുവാകട്ടെ ഏണത്തു വയ്ക്കാവുന്ന ഒരു വട്ടിയുമാ

യാണ് എത്തിയത്. ഛെ, ഇവൾ എന്തുമണ്ടിയാ രാഗി മനസ്സിൽ പറഞ്ഞു.

കുട്ടയും വട്ടിയും നിറയെ മാങ്ങ കിട്ടിയപ്പോൾ ഇതിലും വലിയ പാത്രമായിരുന്നെങ്കിലും മാങ്ങ കിട്ടുമായിരുന്നു എന്ന് രാഗി പതിയെ പറഞ്ഞു. സന്തോഷം തിളച്ചുമറിയുന്ന മനസ്സുമായി രാഗി നീതുവോടൊപ്പം വീട്ടിലേക്ക് തിരിച്ചു. ആൾസഹായത്തോടെയാണ് രാഗി മാങ്ങാക്കുട്ട തലയിലേറ്റിയത്. നീതുവാകട്ടെ വട്ടിയിലെ മാങ്ങ നിഷ്പ്രയാസം ഏണേലെടുത്തു നടക്കാൻതുടങ്ങി.

കുട്ട തലയിൽവെച്ച് വിജയഭാവത്തോടെ രാഗി കൂടെയുള്ള നീതുവിനെ ഒന്നു നോക്കി, കണ്ടോ എന്റെ ബുദ്ധി എന്ന ഭാവത്തിൽ.

കുട്ട തലയിൽ വച്ചതുമുതൽ രാഗിയുടെ തല പതിയെ ഭരതനാട്യ

ത്തിലെന്നപോലെ ആടാൻ തുടങ്ങി. കൈച്ചിട്ടിറക്കാനും മധുരിച്ചിട്ട് തുപ്പാനും വയ്യാത്തവസ്ഥ. വീട്ടിൽ എത്തുമ്പോഴേക്കും പിടലി ഒരു വഴിക്കാകുമോ? മാങ്ങ അവിടെവരെ എത്തിക്കാനാകുമോ? സാരമില്ല ഇനി കുറച്ചു ദൂരമല്ലേ ഉള്ളൂ മനസ്സിൽ പറഞ്ഞു കൊണ്ട് അവൾ ബലം പിടിച്ചു നടക്കാൻ തുടങ്ങി.

വളരെ വിജയകരമായി നീതുവിന്റെ വീടിന്റെ മുകളിൽ എത്തി. ഇനിയൊരിറക്കമാണ്. വീടിനടുത്തെത്തിയതോടെ അവൾക്ക് സന്തോഷവും ഒപ്പം അഭിമാനവും തോന്നി. ചെറിയ വട്ടിയുമായി വന്ന നീതുവിനെ ഒരു പുച്ഛരസത്തിൽ നോക്കാനും അവൾ മറന്നില്ല. സൂക്ഷിക്കണം വളരെ സൂക്ഷിച്ച് വേണം ഇറക്കമിറങ്ങാൻ. ഓരോ പാദവും എടുത്തുവെച്ചെടുത്തുവെച്ച് ഇറങ്ങാൻ തുടങ്ങി. ചെറിയ ഇറക്കം കഴിഞ്ഞാൽ പിന്നെ നിരപ്പായ സ്ഥലമാണ്. അവിടെനിന്ന് 100 മീറ്റർ നടന്നാൽ വീടെത്തും. വളരെ ശ്രദ്ധിച്ചിറങ്ങണം എന്ന് വിചാരിക്കുമ്പോഴേക്കും എല്ലാം കൈവിട്ടപോലെ രാഗിയും അവളുടെ മാങ്ങകളും പരസ്പരം മത്സരിച്ച് താഴേക്ക് ഉരുളാൻ തുടങ്ങി.

വീണതിൽ അവൾക്ക് കുണ്ഠിതം തോന്നിയില്ല. പക്ഷേ വീണു കിടക്കുന്ന ഓരോ മാങ്ങയും അവളെ നോക്കി കൊഞ്ഞനം കുത്തുന്നതുപോലെ സങ്കടപ്പെടുത്തി, ഒപ്പം ജാള്യതയും മാങ്ങ മിക്കതും ചതഞ്ഞുപോയിരുന്നു.

നീതു വളരെ സുരക്ഷിതമായി മാങ്ങ വീട്ടിൽ എത്തിച്ചു എന്നത് രാഗിക്ക് സഹിക്കാനാവുന്നതിലും അപ്പുറമായിരുന്നു. രാഗി സ്വയം തന്റെ അത്യാഗ്രഹത്തെ പഴിച്ചുകൊണ്ടിരുന്നു. എല്ലാത്തിനും വേണ്ടേ ഒരു നിയന്ത്രണം അവൾ മനസ്സിൽ ഓർത്തു.

“കണ്ടോ അവൾക്കു വല്ല കുഴപ്പവും ഉണ്ടോ? മാങ്ങ എന്ന് കേട്ടപ്പോൾ എടുത്താൽ പൊങ്ങാത്ത കുട്ടയും കൊണ്ടുപോയി. ഇപ്പോ എന്തായി? അത്യാഗ്രഹമല്ലേ?” കുഞ്ഞി പിറുപിറുക്കുന്നത് അവൾക്ക് കേൾക്കാമായിരുന്നു.

‘അത്, അമ്മ ഒരു കണ്ണിമാങ്ങ പോലും പറിക്കാൻ സമ്മതിക്കില്ലല്ലോ.’ എന്ന് അവൾ മനസ്സിൽ പറഞ്ഞു.

“സാരമില്ല രാഗി നല്ല മാങ്ങയൊക്കെ നമുക്ക് നോക്കിയെടുക്കാം. ഇനിയും നമുക്ക് മാങ്ങ കൊണ്ടുവരാമെന്നേ. വിഷമിക്കേണ്ട കേട്ടോ” എന്നുപറഞ്ഞ് കുഞ്ഞി രാഗിയെ സമാധാനിപ്പിച്ചു.

എന്നാൽ ഇന്ന് ഓർമ്മയിൽ രസകരമായ ഒരു അനുഭവമായി അത് നിലനിൽക്കുന്നു.

*

16

അനുവും രാഗിയും പൊടിയും വിട്ടുപിരിയാത്ത സുഹൃത്തുക്കളാണ്. പൊടി കുഞ്ഞിയുടെ ചേച്ചിയുടെ മകളാണ്. ഏതാണ്ട് സമകാലീനർ. പൊടി എന്ന് വിളിക്കുന്നത് അവൾക്ക് ഒട്ടും ഇഷ്ടമല്ല.

എന്തേ പൊടിയോ ഊതിയാൽ പറക്കുന്ന പൊടിയോ? എന്ന് ചോദിക്കും. എന്നാലും എല്ലാവരും അങ്ങനെ വിളിക്കു

ഒരു നെല്ലിക്ക കിട്ടിയാൽ പെറ്റിക്കോട്ടിന്റെ അറ്റത്ത് വെച്ച് കടിച്ചു മുറിച്ചു മൂന്നാക്കി തിന്നുന്ന അത്ര ബന്ധമായിരുന്നു അവരുടേത്. ഇന്ന് ചിന്തിക്കാൻ പോലും പറ്റാത്തവ.

സ്കൂളിൽ പോകുന്നത് രണ്ടുവീട്ടിൽനിന്നാണെങ്കിലും വരുന്നത് ഒരുമിച്ചാണ്. ഒന്നാം ക്ലാസ് മുതൽ നാലുവരെ കാണുവേലിൽ ഗവൺമെന്റ് സ്കൂളിലും അഞ്ചു മുതൽ ഏഴുവരെ വരെ കുറുമ്പകര സ്കൂളിലും എട്ടുമുതൽ പത്തു വരെ പത്തനാപുരം മൗണ്ട് ഗേൾസ് സ്കൂളിലുമാണ് അവർ പഠിച്ചിരുന്നത്.

ആദ്യം പഠിച്ച സ്കൂളിൽ അമ്മാവൻ, ചിറ്റപ്പൻ, അപ്പച്ചി എന്നൊക്കെയായി ഒരുപാട് ബന്ധുക്കൾ ഉണ്ടായിരുന്നു. അതുകൊണ്ടുതന്നെ കുട്ടികൾക്ക് സ്വന്തം സ്കൂൾ പോലെയായിരുന്നു അത്.

ഒരു ദിവസം അപ്പച്ചി ടീച്ചർ കുഞ്ഞിയുടെ വീട്ടിൽ വന്നു കുഞ്ഞിനോട് അനുവിനെപ്പറ്റി പരാതിയായി. ചേച്ചീ ഇവളെ ഇനി മുണ്ടുമുടുപ്പിച്ചു സ്കൂളിൽ വിടരുതത്രേ. അനുവും രാഗിയും ഒളിച്ചു നിന്ന് അത് കേൾക്കുന്നുണ്ടായിരുന്നു.

അനു രണ്ടിൽ ജയിച്ചു മൂന്നിലോട്ടായ സമയം. ക്ലാസ്സിൽ മുൻ ബെഞ്ചിൽ ആണിരിപ്പ്. അനുവിന്റെ പിറന്നാളിന് ചെറിയ കസവുമുണ്ടൊക്കെ ഉടുപ്പിച്ചാണ് സ്കൂളിൽ വിടുന്നത്. കാണാൻ നല്ല രസമല്ലേ, അത്രയേ കുഞ്ഞി വിചാരിച്ചുള്ളൂ. മുണ്ടാണെങ്കിൽ എപ്പോഴും അഴിഞ്ഞുപോകും. അന്ന് ബെൽറ്റ് ഒന്നുമില്ലല്ലോ, നാട്ടുമ്പുറമല്ലേ. അടിയിൽ ഒന്നും ഇടുന്ന സമ്പ്രദായവും ഇല്ല. മൂന്നു മിനിറ്റ് കൂടുമ്പോൾ അനു

ചാടിയെണീറ്റ് മുണ്ട് ഒന്നഴിച്ചു കുടയും, എന്നിട്ടുടുക്കും. അന്ന് ബെഞ്ചു മാത്രമേ ഉള്ളൂ മുൻപിൽ ഡസ്ക്കില്ല. ഈ പരാതിക്ക് ശേഷം കുഞ്ഞി അനുവിനെ മുണ്ടുമുടുപ്പിച്ചു വിടൽ നിർത്തി.

സ്കൂളിൽ എത്തണമെങ്കിൽ മൂന്നു കിലോമീറ്ററോളം നടക്കണം. അന്ന് അതൊരു വലിയ സംഭവമായി കുട്ടികൾക്കും തോന്നിയിട്ടില്ല എന്നതാണ് സത്യം.

വീട്ടിൽനിന്നിറങ്ങി കുറെ നടക്കുമ്പോൾ ഒരു വയലേലയിലെത്തും. വീടുകളോ കടകളോ ഒന്നുമില്ലാത്ത വിജനമായ പ്രദേശമാണ്. പക്ഷേ കുട്ടികൾക്ക് പോകാനോ, കുട്ടികളെ വിടാനോ അന്നു ഭയമുണ്ടായിരുന്നില്ല. ആളനക്കമില്ലാത്ത സ്ഥലം. എന്നാൽ കൂട്ടുകൂടി പോകുമ്പോൾ ഇതൊന്നും ആരും അറിയില്ല. വയലിന്റെ വശങ്ങളിലായി ധാരാളം ചെടികളും പുല്ലുകളും ഇടതൂർന്ന് വളർന്നു നിൽക്കുന്നു. അവിടെ നീളമുള്ള ഓലകളുള്ള ഒരുതരം പുൽച്ചെടി സമൃദ്ധമായി വളർന്നു നിന്നിരുന്നു. ആ ചെടികളുടെ നീളമുള്ള ഓലകൾ കൂട്ടിപിടിച്ച് ചുറ്റിക്കെട്ടി വയ്ക്കും, എന്നിട്ട് എനിക്ക് ഇന്ന് അടി കിട്ടല്ലേ, തിരിച്ചുവരുമ്പോൾ നിനക്ക് ഞാൻ പാലും പഴവും തരാമെന്ന് പ്രാർത്ഥിക്കും. അടി കിട്ടിയില്ലെങ്കിൽ തിരിച്ചുവരുമ്പോൾ പൂച്ചെടിയുടെ പൂവും കായും ഇലകളും കെട്ടിവെച്ച പുല്ലിന് പാലും പഴവുമായി കൊടുക്കും.

അന്ന് സ്കൂൾ എന്നുപറഞ്ഞാൽ ചൂരൽവടി പിടിച്ച കുറെ അദ്ധ്യാപകരെയാണ് മനസ്സിൽ കാണുക. അതുകൊണ്ടുതന്നെ കുട്ടികൾക്കൊക്കെ ഭയമായിരുന്നു. കുറ്റം ചെയ്താൽ ശിക്ഷ ഉറപ്പ്. പഠിച്ചില്ലെങ്കിൽ ശാസിക്കാം അടിക്കാം, അതിന് ആർക്കും അന്ന് പരാതിയും ഉണ്ടായിരുന്നില്ല. ഇന്ന് കാര്യം നേരെ തിരിഞ്ഞു. അദ്ധ്യാപകർ വടി എടുക്കാനോ ശാസിക്കാനോ പാടില്ല. അവർ സുഹൃത്തുക്കളായിരിക്കണം.

അന്ന് ഒന്നുമുതൽ നാലുവരെയുള്ള ക്ലാസുകളിൽ സ്ലേറ്റും പെൻസിലും ആണ് ഉപയോഗിച്ചിരുന്നത്. പരീക്ഷ കഴിഞ്ഞാൽ ചോക്കുകൊണ്ട് വലിയ അക്ഷരത്തിൽ 50/50, 100/70 അല്ലെങ്കിൽ 50/40 ഇങ്ങനെ മാർക്ക് എഴുതിവിടുന്നത് സൂക്ഷിച്ച് മായ്ക്കാതെ ഉത്സാഹത്തോടുകൂടി വീട്ടിൽ കൊണ്ടുപോയി കാണിച്ചുകൊടുക്കുന്ന ഒരു പതിവ് ഉണ്ടായിരുന്നു. 50/10, 50/0 എന്നൊക്കെയുള്ളവർ ചിലപ്പോൾ തിരുത്തുകയും ചെയ്യും. അല്ലെങ്കിൽ മാഞ്ഞുപോയെന്നു പറയും.

സ്കൂളിലേക്ക് പോകുന്നതിന് രണ്ടാമതൊരു വഴി കൂടിയുണ്ട്. ചിലപ്പോൾ മഴയൊക്കെ അധികമാണെങ്കിൽ ആ വഴി തിരഞ്ഞെടുക്കാറുണ്ട്. കുറെ നിരപ്പായ റോഡ്, അതുകഴിഞ്ഞാൽ കല്ലുകൾ ചിതറിക്കിട

ക്കുന്ന ഒരു തോടാണ്. അതിന്റെ വലതുവശത്താണ് 5 6 7 ക്ലാസ്സുകളിൽ പഠിക്കുന്ന കുറുമ്പകര സ്കൂൾ. അവിടെനിന്നും മുന്നോട്ടുനടന്ന് ഒരു വളവു തിരിഞ്ഞാൽ വലതുവശത്തായി കുത്തനെ ഒരു ഏറ്റമുണ്ട്, കുണ്ടുംകുഴിയും പാറയും ഒക്കെയായി.

പകുതി കേറിയിട്ട് എല്ലാവരും ഒന്ന് നിൽക്കും. അത്രയും വലിയ കയറ്റമാണ്. കയറ്റം കഴിഞ്ഞാൽ പിന്നെ നിരപ്പായ ഇടുങ്ങിയ വഴിയാണ്. ഇരുവശവും പൊന്തക്കാടുകളും മരങ്ങളും വള്ളിപ്പടർപ്പുകളും കുറ്റിച്ചെടികളും വളർന്നു നിൽക്കുന്നു അവിടെ പ്രേതവും പിശാചും ഒക്കെ ഉണ്ടത്രേ.

അനു കൂടെയുണ്ടെങ്കിൽ രാഗിക്ക് പേടിയില്ല. കഥയും പറഞ്ഞങ്ങനെ പോകും. ഒറ്റയ്ക്കാണെങ്കിൽ നെഞ്ച് പടപടാ അടിക്കാൻ തുടങ്ങും. പിന്നെ പുസ്തകം നെഞ്ചിൽ അടുക്കി പിടിച്ച് ഒറ്റ ഓട്ടമാണ്. അർജ്ജുനൻ ഫൽഗുനൻ പാർത്ഥൻ വിജയനും എന്ന മന്ത്രം ഉറക്കെ ചൊല്ലിക്കൊണ്ടാണ് ഓട്ടം. ഈ പദ്യം ചൊല്ലിയാൽ പേടിവരില്ല എന്നാണ് കുഞ്ഞി പഠിപ്പിച്ചിരിക്കുന്നത്. അപ്പുറത്തു ചെന്നാൽ തിരിഞ്ഞുനോക്കും, പുറകിൽ ആരെങ്കിലുമുണ്ടോ എന്ന്. പിന്നെ ധൈര്യമായിട്ട് ഒരു പോക്കാണ്. ഈ സുപ്രധാന സ്ഥലത്തിന്റെ പേരാണ് കുഴിങ്കാല.

ഇങ്ങനെ ഭയം കൊണ്ട് വിറയ്ക്കുന്ന സ്ഥലങ്ങൾ വേറെയും ഉണ്ടെന്നാണ് രാഗിയുടെ ഭാഷ്യം. പച്ചയിൽ, വീതിമല, എരപ്പിൽ എന്നിങ്ങനെ. അവിടെ എത്തുമ്പോൾ കുട്ടികളുടെയും വലിയവരുടെയും ഒക്കെ ചങ്കിടിപ്പ് കൂടുമത്രേ. കൂടാതെ സർപ്പക്കാവുകളും ഭയം ഉളവാക്കുന്ന സ്ഥലങ്ങളാണ്. പാമ്പ് ഇഴഞ്ഞു വരുന്നുണ്ടോ എന്ന് നോക്കി നോക്കിയാണ് നടപ്പ്. അതുകൊണ്ടുതന്നെ സർപ്പക്കാവുകളുടെ അടുത്തും പാട്ടുംപാടി ഓട്ടം സാധാരണമാണ്.

*

17

തൃക്കാർത്തിക നാളിൽ എല്ലാ അമ്പലങ്ങളിലും കാർത്തിക വിളക്ക് കാണാം. ഇപ്പോൾ വീടുകളിലും ഈ ദിവസം ചിരാതിൽ തിരി കത്തിച്ച് മുൻവശത്തായി വയ്ക്കുന്നു. ആപാദചൂഡം ദീപക്കാഴ്ച നിറഞ്ഞുനിൽക്കുന്ന തൃക്കാർത്തിക ഇന്ന് പണ്ടത്തേതിൽ വ്യത്യസ്ഥ മാണ്.

ഗ്രാമപ്രദേശങ്ങളിൽ അന്ന് കാർത്തികവിളക്ക് ഒന്നും വലിയ പ്രാധാന്യം ഉണ്ടായിരുന്നില്ല.

അവിടെ മിക്ക സ്ഥലങ്ങളിലും നീളത്തിൽ ചെറുകമ്പായി മുട്ടു കളുള്ള ഒരുതരം പുല്ലുകൾ വളർന്നു നിന്നിരുന്നു. മണമുള്ള ഈ ചെടിക്ക് കാങ്കണംപുല്ല് എന്നാണ് പറഞ്ഞിരുന്നത്. ഇതിന്റെ നീളമുള്ള കമ്പുകളിൽ ഇലകൾ നീളത്തിൽ വളർന്നു നിൽക്കും. നല്ല നീളമുള്ള കമ്പുകൾ നോക്കി ഓടിച്ചെടുക്കും. ഓരോ മുട്ടിനുംവച്ച് ഓടിക്കാൻ എളുപ്പമാണ്. ഓലയ്ക്കും തണ്ടിനും നല്ല ഹൃദ്യമായ മണമാണ്. കമ്പി ലെ ഓലകൾ എല്ലാം മാറ്റി ഒരറ്റത്ത് തുണി ചുറ്റി പന്തങ്ങൾ ഉണ്ടാക്കി എണ്ണയിൽ മുക്കി പിഴിഞ്ഞെടുക്കും. ഇങ്ങനെ നാലുദിക്കുകളിലേ ക്കായി നാല് പന്തങ്ങളാവും ഉണ്ടാവുക. അത് ഓരോന്നും കത്തിച്ച് നാലതിരുകളിൽ കുത്തിവെച്ച് അതിന്റെ അടുത്തുനിന്ന് ഹരിഹോരരി ഹോരരിഹോരാ എന്ന് പല പ്രാവശ്യം തൊണ്ടപൊട്ടുംപോലെ വിളി ക്കും. അയൽവാസികളും ഇങ്ങനെതന്നെ ചെയ്യുന്നു. ആരാണ് ഏറ്റ വും ഉച്ചത്തിൽ വിളിക്കുന്നത് എന്നത് ഇതിലെ ഒളിഞ്ഞിരിക്കുന്ന ഒരു മത്സരംകൂടിയാണ്. കുട്ടികളായിരിക്കും കൂടുതലും ഇതിൽ ഏർ പ്പെടുക.

കാർഷികവിളകൾക്കുവേണ്ടിയാണ് ഇങ്ങനെ ചെയ്തിരുന്നത് എന്ന് അനുമാനിക്കാം. എന്തായാലും രസകരമായ ഒരു വിനോദം തന്നെയായിരുന്നു അത്.

*

18

അന്നു സിനിമ ഒരു വലിയ ഹരമായിരുന്നു. ഓരോ പാട്ടും ഏതു സിനിമയിലെ ആണെന്നും, ആര് എഴുതിയതാണെന്നും, ആരു പാടിയ താണെന്നും, ആര് സംഗീതസംവിധാനം ചെയ്തതാണെന്നും ഉള്ള കാര്യങ്ങൾ അന്ന് കാണാപാഠമായിരുന്നു. വളരെ വളരെ മാസങ്ങൾ ക്കുശേഷമായിരിക്കും ഒരു സിനിമ കാണാനുള്ള അനുവാദം കുട്ടി കൾക്ക് കിട്ടുക.

അനുവും രാഗിയും അനിയനും പൊടിയും നീതുവും പിന്നെ പണിക്കർ എന്ന കാര്യസ്ഥനും അഞ്ചു കിലോമീറ്റർ നടന്നാണ് സിനിമ കാണാൻ പോകുന്നത്. സകലവിധ സന്നാഹങ്ങളോടെ കൂടി ടൂർ പോകുന്ന പോലെയാണ് പോവുക.

തീയേറ്ററിൽ കസേര, ബഞ്ച്, തറ എന്നിങ്ങനെ മൂന്ന് വിഭാഗങ്ങ ളുണ്ട്. കസേര അപ്രാപ്യം, തറ മോശം, പിന്നെ ബഞ്ചാണ്. ബെഞ്ചിന്റെ ടിക്കറ്റും എടുത്ത് ഓരോ പൊതി കപ്പലണ്ടിയുമായി ഏറ്റവും മുന്നി ലുള്ള ബെഞ്ചിൽ നിരന്നിരിക്കും. അന്ന് തറയിൽ ഇരുന്നു സിനിമ കാണുന്നവരോട് പരമ പുച്ഛമാണ്. ഏതോ രാജ്യം വെട്ടിപ്പിടിച്ച അതു പോലെയാണ് ബെഞ്ചിലെ ഇരിപ്പ്. എന്നിട്ട് ചുറ്റിനും ഒന്നു നോക്കും. സ്ത്രീപുരുഷന്മാരെ വേർതിരിക്കുന്നത് മുളകൾ കൊണ്ടുള്ള വേലിക ളാലാണ്. വേലിയുടെ അപ്പുറത്തായി കാര്യസ്ഥൻ പണിക്കർ ഉണ്ടാ വും.

പിന്നീട് എത്രയോ വർഷങ്ങൾക്കുശേഷമാണ് അനുവും രാഗിയും ഒക്കെ പുറകിലത്തെ രാജകീയമായ കസേരയിലിരുന്ന സിനിമ കാണാൻ തുടങ്ങിയത്.

*

19

1, 2, 3, 4 ക്ലാസ് കഴിഞ്ഞാൽ ഫസ്റ്റ്, സെക്കൻഡ്, തേർഡ് എന്ന മിഡിൽ ക്ലാസാണ് അതു കഴിഞ്ഞാൽ. തേഡ് കഴിഞ്ഞാൽ ഹൈസ്കൂൾ. ഫോർത്ത്, ഫിഫ്ത്, സിക്ത്. സിക്സ്താണ് ഇന്നത്തെ പത്താം ക്ലാസ്. അനുവും പൊടിയും പത്തനാപുരത്തുള്ള സ്കൂളിലേക്ക് മാറി. കുഞ്ഞി അനുവിന് എന്നും പൊതിച്ചോറ് കൊടുത്തുവിടും. അതു രാഗി കൊതിയോടെ നോക്കി നിൽക്കും. എന്നാണാവോ തനിയ്ക്കിതൊന്ന് പ്രാപ്യമാവുക എന്ന ചിന്തയിൽ ദീർഘനിശ്വാസവുമിടും.

തൂശനില വെട്ടി വാട്ടി അതിൽ ചോറും തൈരും ഉപ്പുമിട്ട് ഇളക്കി, ഒരു ചമ്മന്തിയും മെഴുക്കുപുരട്ടിയും പിന്നെ ഉപ്പിലിട്ട എന്തെങ്കിലും. അത് ഇലയിൽ പൊതിഞ്ഞ് എടുത്തശേഷം പേപ്പറിൽ ഭദ്രമായി പൊതിയുന്നു. ഉച്ചയാവുമ്പോഴേക്കും ഇലയുടെ മണവും രുചിയും ചേർന്ന് ഒരു കലക്കൻ ഊണായിരിക്കും അത്. രാഗിക്ക് അസൂയ മൂക്കും. ഇനി എന്നാണാവോ എനിക്ക് പൊതിച്ചോറ് ഉണ്ണാൻ പറ്റുക എന്നൊരു ആത്മഗതവും.

വലിയ ക്ലാസിൽ ആയതോടുകൂടി പൊതിച്ചോറ് എന്ന സ്വപ്നത്തിന് സാക്ഷാത്കാരമായി മനസ്സ് തുള്ളിത്തുടിച്ചുകൊണ്ടിരുന്നു.

രാഗി തന്റെ ആദ്യത്തെ പൊതിച്ചോറുമായി പടിയിറങ്ങി. സ്കൂളിലേക്ക് പോകുന്ന വഴിയിൽ മൂന്ന് കിലോമീറ്റർ നടന്നാൽ സാമാന്യം വീതിയുള്ള ഒരു തോടുണ്ട്, അല്പം ആഴമുള്ളത്. എപ്പോഴും വെള്ളമൊഴുക്കുള്ളിടമാണ്. മുട്ടൊപ്പമുള്ള വെള്ളത്തിലും അതിലിറങ്ങിത്തന്നെയാണ് അപ്പുറമെത്താറ്. മഴ വന്നാൽ വെള്ളം പൊങ്ങും. ഒഴുക്കു കൂടും. അപ്പോൾ അതിനു താഴെയായി ഒരു വീടിന്റെ ഉമ്മറത്ത്, അവരുടെ സ്വന്തമായിട്ടുള്ള ഒരു ഒറ്റത്തടിപ്പാലമുണ്ട്, അതാണ് ഉപയോഗിക്കാറ്.

അത്ര വലിയ വണ്ണമുള്ള തടിയൊന്നുമല്ല. ഒരടി വ്യാസമുണ്ടാകും. ഉരുളൻ തടി. ഓരോ പാദവും എടുത്തുവച്ചെടുത്തുവച്ച് ശ്വാസമടക്കിപ്പിടിച്ച് സർക്കസ് പോലെ അവസാനം ഒരൊറ്റച്ചാട്ടമാണ്.

ആഹ്ലാദം നിറഞ്ഞ ആദ്യത്തെ ആ സ്കൂൾ യാത്ര മുട്ടൊപ്പം വെള്ളത്തിൽ ഇറങ്ങിക്കയറിത്തന്നെയായിരുന്നു. ആകാംക്ഷയും ഇഷ്ടവും കൊതിയും എല്ലാം കൂട്ടിക്കുഴച്ച പൊതിച്ചോറിൽ ത്രില്ലടിച്ചുള്ള യാത്ര.

തോട്ടിൽ ചെറിയ ഒഴുക്കുണ്ടായിരുന്നു. മുന്നിൽ രാഗി തന്നെയാണ് ഇറങ്ങിയത്. ഒരു കൈകൊണ്ട് പാവാടയൊതുക്കി പൊക്കിപ്പിടിച്ചു, പുസ്തകവും പൊതിച്ചോറും നെഞ്ചോടടുക്കിപ്പിടിച്ചു പതിയെ ഒഴുക്കിനെ മുറിച്ചു നടക്കാൻ തുടങ്ങി. പുറകെ പുറകെയായി അനുവും പൊടിയും നടക്കുന്നുണ്ടായിരുന്നു.

ഏതാണ്ട് തോടിനു നടുവിലെത്തിയപ്പോഴേയ്ക്കും പിടിവിട്ട പാവാട വീണ്ടും പിടിക്കാൻ തുടങ്ങിയപ്പോൾ പുസ്തകത്തിൽനിന്നും രാഗിയുടെ സ്വപ്നമായ ആ പൊതിച്ചോറ് ഊർന്ന് ഒഴുക്കിൽപ്പെട്ടു തുള്ളിക്കളിച്ചു താഴേയ്ക്കുപോയി. പൊതിച്ചോറ് നോക്കിക്കൊണ്ട് അയ്യോ എന്റെ പൊതിച്ചോറ് എന്ന് രാഗി ഒച്ചവച്ചെങ്കിലും ഓളങ്ങൾ പൊതിച്ചോറിനെ താഴേയ്ക്കുതന്നെ കൊണ്ടുപൊയ്ക്കൊണ്ടിരുന്നു. ആ തോടിനും ഒരുപക്ഷേ ആ പൊതിച്ചോറിന്നോട് ഇഷ്ടം തോന്നിയിട്ടുണ്ടാവാം.

എല്ലാവരുടെയും കണ്ണുകൾ ആ പൊതിച്ചോറിലേയ്ക്കു നീണ്ടെങ്കിലും, ആരും അതെടുക്കാൻ പാകത്തിലായിരുന്നില്ല.

ആശ്വാസവചനങ്ങൾ ചെവിയിൽ മുഴങ്ങിയെങ്കിലും തന്റെ ആദ്യത്തെ പൊതിച്ചോറ് രാഗിയുടെ മനസ്സിലെ ഒരു നീറ്റലായി നിലകൊണ്ടു.

ബുക്കുകൾ അടുക്കിവച്ച് വീതിയുള്ള ഒരു റബ്ബർബാന്റിടും. ഇൻസ്ട്രമെന്റ് ബോക്സും പൊതിയും അതിൽ തിരുകിവയ്ക്കും. ചിലർ കുറുകെക്കൂടി ഒരു റബ്ബർബാന്റിടും. അന്ന് പുസ്തകസഞ്ചികളോ ബാഗുകളോ ഒന്നും നിലവിലുണ്ടായിരുന്നില്ല. നന്നായിട്ട് റബ്ബർബാന്റിട്ടു തന്നെയാണല്ലോ താനും പോയതെന്ന് രാഗിയുടെ മനസ്സ് വിലപിച്ചുകൊണ്ടിരുന്നു.

നാട്ടുമ്പുറം കണ്ടു വളർന്നുവന്ന രാഗിക്ക് ഹൈസ്കൂളും പരിസരവും അവിടുത്തെ ടീച്ചേഴ്സും എല്ലാം കൗതുകമേറിയതായിരുന്നു.

സോഷ്യൽ സ്റ്റഡീസ് പഠിപ്പിച്ചിരുന്ന ഒരു ശോശാമ്മ ടീച്ചറുണ്ടായിരുന്നു. അല്പം തടിച്ച ഇരുനിറത്തിൽ ലൈറ്റ് കളറിലുള്ള സാരിയുമുടുത്ത് കുട്ടികളുടെ ഇടയിലേയ്ക്കു കയ്യിൽ വടി ഇല്ലാതെ ഒരു ചിരിയുമായി കടന്നുവരുന്ന ടീച്ചർ. എല്ലാവരെയും ആ ടീച്ചർ മോളെ, മോനെ എന്നെ വിളിക്കാറുള്ളൂ. രാഗിക്ക് അതൊരു അതിശയമായിരുന്നു. അമ്മയോ അച്ഛനോ മോളെ എന്നു വിളിച്ച് അവൾ കേട്ടിട്ടേയില്ല.

അല്ലെങ്കിൽത്തന്നെ വെളിയിൽ മിണ്ടിയാൽ ചീത്തയാണ് എന്നുപറയുന്ന ചില അക്ഷരങ്ങൾ കൂട്ടിച്ചേർത്തുള്ള അസഹ്യമായ മോളെ വിളികളാണ് അവൾക്കു പരിചിതം.

അതിനൊരപവാദമായി രാഗിയുടെ മൂത്ത അമ്മാവി വീട്ടിനരികെ താമസമായപ്പോൾ ആ അമ്മാവിയുടെ മോളെ എന്നവിളി അവൾക്ക് ഏറെ സന്തോഷവും ആശ്ചര്യവുമായിരുന്നു. അവളാ അമ്മാവിയുടെ മുഖത്തേക്ക് നോക്കിയിരിക്കും.

പെട്ടെന്നാണ് ഒരു ദിവസം ശോശാമ്മ ടീച്ചർ ഒരു ടൂറുപോകുന്ന കാര്യം പറഞ്ഞത്. ടൂർ എന്നതൊന്നും അന്ന് നിലവിൽ ഇല്ലാത്തതുകൊണ്ട് എല്ലാവർക്കും ഒരു ഹരമായിരുന്നു. ശോശാമ്മ ടീച്ചറിന്റെ പിറന്നാൾ ആണത്രേ. അതുകൊണ്ട് ടീച്ചറിന്റെ തിരുവല്ലയിലെ വീട്ടിൽ ഊണുമൊരുക്കിയിരുന്നു. ഒരു ജോളി ട്രിപ്പും ഒരുഗ്രൻ സദ്യയും.

ചെറിയ ഒരു ബസ്സിൽ പാട്ടും മേളവും ഒക്കെയായി തിരുവല്ലായിൽ എത്തി. പ്രത്യേകിച്ച് മറ്റെവിടെയും പോയില്ല. മുൻവശത്തായി ഒരു വരാന്തയോടുകൂടി ഒരു വലിയ വീട്. അതും എത്രയോ ഏക്കർ സ്ഥലത്ത് റബ്ബർ, തെങ്ങ്, കുരുമുളക് ഇവയുടെയൊക്കെ നടുവിലായി.

അവിടെ ഞങ്ങൾക്ക് പിറന്നാൾ സദ്യ ഒരുക്കിയിരുന്നു. ഓണത്തിനൊഴികെ സദ്യയൊക്കെ അപൂർവമായി മാത്രം കണ്ടിരുന്ന രാഗിക്ക് അതൊരു ഉത്സവംതന്നെയായിരുന്നു. ഇലകൾ നിരത്തിയിട്ട് അതിനു പുറകിലായി ഞങ്ങൾ ഇരുന്നു. അധികം കറികളൊന്നുമുണ്ടായിരുന്നില്ല. ഒരു തോരനും ഒരവിയലും. അതിനുപുറമേ മീൻ വച്ചതാണ് പ്രധാനമായും ചോറിനൊപ്പം ഇലയിൽ വിളമ്പിയത്. രാഗിയുടെ കണ്ണുതള്ളിപ്പോയി. ഒരു വലിയ മീൻ കഷണം കുറെയധികം ചാറും.

ചാള വാങ്ങി അതൊരു ആറോ ഏഴോ ആയി മുറിച്ച് അല്പം ചാറും ഒരു കഷണവും, ബഹളം വെച്ചാൽ രണ്ട് കഷണം ആവും കുഞ്ഞി വിളമ്പിത്തരുന്നത് എന്നത് അവൾ ഓർത്തു. ഇലയിലും ചുറ്റിനും ഒന്നു കണ്ണോടിച്ചു. എല്ലാം വലിയ വലിയ കഷണങ്ങളും ചാറും, രാഗി ആർത്തിയോടെ കഴിച്ചുതുടങ്ങി. മീൻ തീർന്നപ്പോൾ അടുത്ത കഷണവും വാങ്ങി ചോറ് വാരിവാരി കഴിച്ചു. അവൾ തിരിഞ്ഞ് അവളുടെ വശങ്ങളിലേക്ക് ഒന്നു നോക്കി. ഞെട്ടിപ്പോയി. എല്ലാവരും എഴുന്നേറ്റ് പോയിക്കഴിഞ്ഞിരുന്നു. ഇളിഭ്യയായ അവൾ നിരാശയോടെ തീരാത്ത മീൻ കഷണത്തിൽ ഒന്നു നോക്കി ഒന്നുകൂടി മുറിച്ചു വായിലിട്ട് പെട്ടെന്ന് എഴുന്നേറ്റുപോയി കൈകഴുകി. ഇന്നും രാഗി വളരെ രസകരമായി ഓർമ്മയിൽ ഊറിച്ചിരിക്കുന്ന ഒരു സംഭവമാണിത്.

*

20

ആയിടയ്ക്കാണ് പൊടിക്ക് ജ്വരം പിടിപെട്ടത്. നാട്ടുമ്പുറങ്ങളിൽ ചികിത്സാസൗകര്യങ്ങൾ ഒന്നുമില്ലാത്തതിനാൽ നാട്ടുവൈദ്യനെയാണ് ആശ്രയിക്കാറ്. രോഗം പകരും എന്നുപറഞ്ഞ് കുട്ടികളെ അങ്ങോട്ട് അടുപ്പിച്ചിരുന്നില്ല. ആസന്നനിലയിലായി എങ്കിലും രക്ഷപ്പെട്ടു. അനുവും രാഗിയും കാണാൻ ചെന്നപ്പോൾ അവസാനത്തെ ആഗ്രഹമായി ഒരു കപ്പും സോസറും വാങ്ങി കൊടുക്കണം എന്ന് പറഞ്ഞു. അന്ന് കപ്പും സോസറും ദൂരെ നിന്ന് കടകളിൽ കണ്ടിട്ടേ ഉള്ളു, അതല്ലാതെ നാട്ടുമ്പുറങ്ങളിൽ ഉപയോഗിച്ചിരുന്നില്ല. എങ്കിലും അവർ വളരെ സാഹസപ്പെട്ട് പൈസയൊക്കെ ഉണ്ടാക്കി അത് വാങ്ങിക്കൊടുത്തു എന്നതാണ് രസകരം.

സ്കൂളിലെ വാർഷികാഘോഷത്തിന് പാട്ടാണോ ആക്ഷൻ സോങ്ങാണോ ഡാൻസാണോ എന്നൊക്കെ സംശയത്തിലാവുന്ന ഒരു കലാരൂപം പൊടിയുടെ മൂത്തചേച്ചി അവതരിപ്പിച്ചു. ഏതോ സിനിമയിൽ നിന്ന് കടമെടുത്ത കുറേ വരികൾ.

വയ്യ വയ്യ വീട്ടുവേല വയ്യായേ വയ്യായേ
വേണ്ട വേണ്ട വയ്യാവേലി വേണ്ടായേ വേണ്ടായേ
മുറ്റം അടിക്കണം.....!!

ഇങ്ങനെ പോകും വരികൾ. ഒരു ചൂലും കയ്യിൽ പിടിച്ച് സ്റ്റേജിൽ വന്നവതരിപ്പിച്ച ആ പരിപാടി രാഗിയ്ക്ക് നന്നേ പിടിച്ചു. പാട്ടിനോടും ഡാൻസിനോടുമൊക്കെ നന്നേ കമ്പം ഉണ്ടായിരുന്നെങ്കിലും അത് സ്വായത്തമാക്കാനുള്ള മാർഗ്ഗങ്ങളൊന്നും അന്ന് നാട്ടുമ്പുറത്തുണ്ടായിരുന്നില്ല. എന്നാലും എസ് ജാനകിയെ പോലെയാണ് രാഗിയുടെ നടപ്പ്.

അടുത്ത സ്കൂൾവാർഷികം വന്നപ്പോൾ ശശികല എന്ന ഒരു നൃത്ത നാടക ശിൽപ്പം അവതരിപ്പിക്കുവാനുള്ള ഒരു സന്ദർഭമുണ്ടായി. രാഗിയുടെ സംഭരണശേഖരത്തിൽ ഉണ്ടായിരുന്നതാണ് ഈ നൃത്തനാടകം.

അതിന് പാടുന്ന മൂന്നുപേരാണു വേണ്ടത്. ഡാൻസ് ഒപ്പിക്കാം. സന്യാസി, മകൾ, അമ്മ എന്നിങ്ങനെ മൂന്നു കഥാപാത്രങ്ങൾ. സന്യാസിയായി പൊടിയെ തിരഞ്ഞെടുത്തു. പാട്ടിന്റെ കേമത്തം കൊണ്ടൊന്നുമല്ല ജ്വരം വന്നു മുടിയെല്ലാം വെട്ടി, ഇപ്പോൾ കഴു ത്തൊപ്പമാണ് മുടി. സന്യാസിവേഷം കെട്ടാൻ പറ്റിയ മുടി. നന്നായി പാടുന്ന ഗൗരിക്കുട്ടി എന്ന ഒരു കുട്ടിയെ അമ്മയാക്കി. നല്ല ഭംഗിയുള്ള മറ്റൊരു കുട്ടിയെ മകളുമാക്കി. രാഗിയാണ് സംവിധായിക. ശശി കലയുടെ ഭാഗം മികവുറ്റതാകുന്നില്ല അതിനാൽ രാഗി തന്നെ ശശിക ലയായാൽ മതിയെന്നുള്ള മറ്റുള്ളവരുടെ നിർബന്ധം മാനിച്ച് മനസ്സില്ലാ മനസ്സോടെ ശശികലയാകാൻ രാഗി തീരുമാനിച്ചു. അങ്ങനെ ഒട്ടും പാട്ടുപാടാൻ അറിയാത്ത രാഗി പാട്ടുപാടുന്ന ശശികലയായി. പാടുന്ന ഗൗരിക്കുട്ടിയുടെ മറവിൽ രാഗിയും പൊടിയും പാടിത്തകർത്തു.

*

21

പത്താംതരം കഴിഞ്ഞപ്പോൾ അനുവും പൊടിയും പലവഴിക്കായി പ്പോയി. അതിനിടയ്ക്കാണ് പൊടിക്ക് ഒരു കല്യാണാലോചന വന്നത്. ഗ്രാമപ്രദേശങ്ങളിൽ കൂടുതലും അങ്ങോട്ടുമിങ്ങോട്ടും ഏച്ചുകെട്ടിവയ്ക്കാറാണു പതിവ്. പുറത്തുനിന്നുമുള്ള ഒരു നല്ല കല്യാണം നടക്കുക ശ്രമകരമായ ഒന്നാണ്.

കല്യാണക്കാര്യങ്ങളുടെ ഇടയിലേയ്ക്ക് പ്രിയകൂട്ടുകാരികൾ ചെവികൂർപ്പിച്ചു. കിട്ടിയ വിവരങ്ങൾ കല്യാണപ്പെണ്ണിന്റെ ചെവിയിൽ എത്തിക്കണ്ടേ.

പയ്യൻ മിലിട്ടറിയിലാ, ചെറിയ മുടന്തുണ്ട് ഇത്രയുമേ കേട്ടുള്ളൂ. മുടന്തോ ഞെട്ടിപ്പോയി. ചെറു മനസ്സുകളുടെ സംശയവുമായി അനുവും രാഗിയും ചുറ്റിപ്പറ്റിനിന്നു.

പയ്യൻ വെളുത്തിട്ടാ?

ഏയ് അല്ല കറുത്തിട്ടാ.

മുടന്തുണ്ടോ ആവോ?

ചെറുതായിട്ടുണ്ടാവും.

കഷ്ടം പാവം പൊടിച്ചേച്ചി. രാഗി മനസ്സിലോർത്തു. പിന്നെങ്ങനെയാ മിലിട്ടറിയില്. ചിലപ്പോ അതിൽ ചേർന്നതിനുശേഷമായിരിക്കും മുടന്തുവന്നത്. ചോദ്യോത്തരങ്ങൾ സ്വയം ചോദിച്ചും പറഞ്ഞും കൊണ്ടിരുന്നു. എല്ലാം മനസ്സിലാക്കാൻ എന്നപ്പോലെ കുരുന്നു മനസ്സുകൾ ആകാംക്ഷയിലായി.

അനു അനങ്ങിയില്ല. അനു അല്ലെങ്കിലും ധൈര്യശാലിയാണ്. പക്ഷേ രാഗിയുടെ മനസ്സ് വിടാൻ ഭാവമില്ല. ആത്മാർത്ഥത വന്നാൽ പിന്നെ കണ്ണിനു കാഴ്ചയും കാതിനു കേൾവിയും ലവലേശം ഇല്ലാത്ത സ്വഭാവം, അതാണ് രാഗി. അതുകൊണ്ടുതന്നെ അനു, രാഗിയെ അളിഞ്ഞ മുട്ടായി എന്നാണ് പറയാറ്. രാഗിക്ക് പ്രായമായപ്പോഴാണ് താൻ ശരിക്കും ഒരു അളിഞ്ഞ മുട്ടായി തന്നെയാണ് എന്ന സത്യം മനസ്സിലായത്.

അനുപോലുമറിയാതെ പൊടിയെ വിവരമറിയിക്കാൻ രാഗി തീരുമാനിച്ചു. ഒരുപക്ഷേ കല്യാണം മുടങ്ങുമോ എന്നൊന്നും ചിന്തിക്കാനുള്ള കാര്യവിവരം ഇല്ലാത്ത സമയം. നാട്ടുമ്പുറത്ത് കല്യാണമെത്താനുള്ള ബുദ്ധിമുട്ടും കുരുന്നുമനസ്സിനെ മഥിച്ചിരുന്നില്ല.

പൊടിച്ചേച്ചി നിന്നെ കെട്ടാൻ പോകുന്ന ആളിന് മുടന്തുണ്ടത്രേ ഞാൻ കേട്ടതാ. എന്ന് രാഗി പറയുമ്പോഴും പൊടിക്ക് ഒരു വിഷമവും കണ്ടില്ല. മറിച്ച് സന്തോഷവതിയായിരുന്നു താനും. ഛെ പറയേണ്ടായിരുന്നു എന്ന് രാഗിക്ക് തോന്നിപ്പോയി.

കല്യാണം ഭംഗിയായി നടന്നു. അതിനിടെ അനുവിന്റെ കല്യാണവും ഏതാണ്ട് തീരുമാനിക്കപ്പെട്ടിരുന്നു. ആ വിവരവുമായി കുഞ്ഞിയും രാഗിയും പൊടിയുടെ വീട്ടിലേക്ക് പോയി. രാഗി പൊടിച്ചേച്ചിയുടെ അടുത്തേക്ക് ഓടിയെത്തി.

"ദേ, നോക്കൂ മുടന്തുണ്ടോ?" എന്ന ചോദ്യവുമായി തലങ്ങും വിലങ്ങും നടക്കുന്ന പൊടിയുടെ ഭർത്താവിനെ കണ്ടു രാഗി ഞെട്ടിപ്പോയി.

ഛെ ഇതെങ്ങനെ വല്ലതും ആ പൊടിച്ചേച്ചി പറഞ്ഞിട്ടുണ്ടാവുമോ? ഹേയ് ഞാൻ രഹസ്യമായിട്ട് അല്ലേ പറഞ്ഞത്. ആ കുരുന്നു മനസ്സ് സ്വയം ചോദിച്ചു. സുഹൃത്ത് വലയത്തിൽ വിള്ളൽ വീഴുന്നത് രാഗി അനുഭവിച്ചറിയുകയായിരുന്നു.

പതഞ്ഞുപൊങ്ങുന്ന സംശയങ്ങൾക്കുമീതെ പൊടിയുടെയും കുഞ്ഞിയുടെയും പൊട്ടിച്ചിരികൾ അലയടിച്ചു.

ഞാനൊന്നും അറിഞ്ഞില്ല എന്ന ഒരു ചെറുചിരി ചുണ്ടിൽ ബാക്കിവെച്ച് ജാള്യതയുടെ പുതപ്പുമണിഞ്ഞ് രാഗി ഉള്ളിലേക്കു നടന്നുകയറി.

*

22

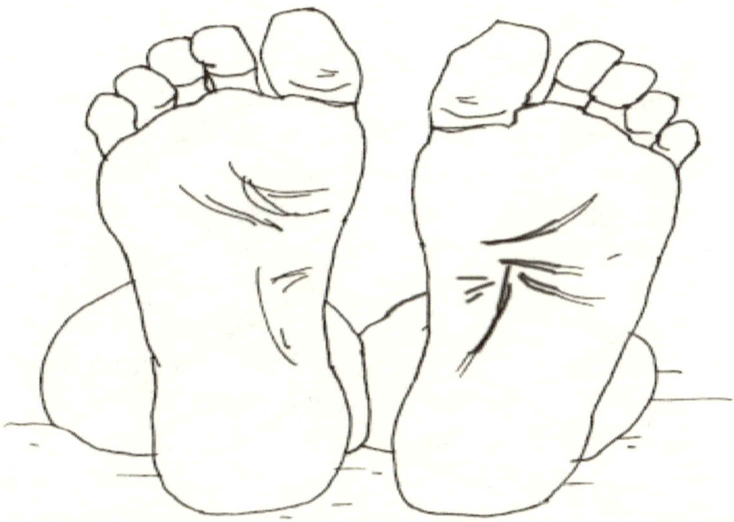

പെൻഷൻ പറ്റുന്നതിന് ഒരു മാസം മുൻപ് രാഘവൻ മരണമടഞ്ഞു. പുറത്തുണ്ടായിരുന്ന ഒരു അരിമ്പാറയാണ് വില്ലനായത്. അന്ന് ചികിത്സാസമ്പ്രദായങ്ങളൊക്കെ പരിമിതമായിരുന്നു. നാട്ടിലുള്ള ആശുപത്രിയിൽ അരിമ്പാറ ചികിത്സിച്ചുചികിത്സിച്ചവസാനം തിരുവനന്തപുരം മെഡിക്കൽ കോളേജിൽ എത്തി. ക്യാൻസറിലേയ്ക്കെത്തി എന്ന് കണ്ടെത്തുകയായിരുന്നു. ആറുമാസം ചികിത്സയും ശസ്ത്രക്രിയയും ഒക്കെയായി അവിടെ ചിലവഴിച്ചു. ഇടയ്ക്കിടയ്ക്ക് റേഡിയേഷനു വേണ്ടി കോട്ടയം റേഡിയേഷൻ സെന്ററിലേക്ക് പോയിക്കൊണ്ടിരുന്നു. ഒരുപക്ഷേ ഇന്നായിരുന്നെങ്കിൽ രക്ഷപ്പെടുമായിരുന്നത്രെ. ഒടുവിൽ 1970 ജൂൺ മുപ്പതാം തീയതി രാഘവൻ ഈ ലോകത്തോട് വിടപറഞ്ഞു. അപ്പോൾ അനുവിന്റെ വിവാഹം കഴിഞ്ഞിരുന്നു. രാഗിയും അനിയനും വിദ്യാർത്ഥികളായിരുന്നു.

*

23

"ചേച്ചി ബഹളം വയ്ക്കരുത് അമ്മ പോയി."

അനിയന്റെ വാക്കുകൾ പ്രതീക്ഷിച്ചിരുന്നതാണെങ്കിൽപ്പോലും അശനിപാതം പോലെയാണ് രാഗിയുടെ കാതിൽ പ്രതിഫലിച്ചത്. ബലമെല്ലാം ചോർന്നപോലെ ഇനിയെന്ത് എന്നറിയാതെ അമ്മേ എന്നൊരു വിളിയുമായി രാഗി അവിടെയിരുന്നുപോയി. സംയമനം പാലിക്കണമെന്ന് അവൾ ആഗ്രഹിച്ചു.

അന്നു വല്യമ്മ മരിച്ചദിവസം അവിടെ എത്തിയകാര്യം അവ ളോർത്തു. കുളിപ്പിച്ചുകിടത്തിയ ശരീരത്തിനരികിലായി മക്കൾ, മരു മക്കൾ, കൊച്ചുമക്കൾ, അനിയത്തിമാർ മിക്കവരുമുണ്ട്. രാഗിക്കു സങ്കടംവന്നു. പക്ഷേ അവിടെയാരും കരയുന്നുണ്ടായിരുന്നില്ല. പലരും അടക്കിയടക്കിയൊതുക്കിയൊതുക്കി കരയുന്നുണ്ടായിരുന്നു.

എവിടെയൊക്കെയോ മരിക്കുമ്പോൾ കരയാൻവേണ്ടി ആൾക്കാ രെ സംഘടിപ്പിക്കും എന്ന് കേട്ടിട്ടുണ്ട്. അവിടെ കരച്ചിൽ വേണമെന്നു നിർബന്ധമാണത്രേ. ആർക്കും വിഷമമില്ലാതിരിക്കില്ല. രാഗി ഓർത്തു. ജീവിച്ചിരുന്നിട്ടെന്തുകാര്യം. ആരെയും താങ്ങാനുള്ള ശേഷിയോ ശേമു ഷിയോ ഇല്ല. തിരിച്ച് ഒരു ബാധ്യതയും.

എല്ലാം സാധാരണപോലെ. മനസ്സ് ചോദ്യവും ഉത്തരങ്ങളും മെനഞ്ഞുകൊണ്ടേയിരുന്നു. 87 ലേക്ക് കടക്കുന്ന കുഞ്ഞി. അമ്മയ്ക്ക് അനായാസേന മരണം കൊടുക്കണേ എന്ന് ദിവസവും പ്രാർത്ഥി ക്കുന്ന രാഗി. എങ്കിലും യാഥാർഥ്യം ഉൾക്കൊള്ളാൻ അവൾക്ക് ബുദ്ധി മുട്ടായിരുന്നു. നിറഞ്ഞുകവിയാതെ ഇരിക്കുവാൻ മനസ്സ് കണ്ണിനെ ശാസിച്ചുകൊണ്ടിരുന്നു.

കാലം ചെല്ലുന്തോറും പ്രായമേറുന്തോറും പ്രിയം, മമത, ആത്മാർ ത്ഥത ഇവയൊക്കെ കുറഞ്ഞുവരുന്നതുപോലെ. വേർപാട് ഒരു അനി വാര്യമായ സത്യമാണ്. എങ്കിലും അഭിമുഖീകരിക്കുക അസഹനീ യവും.

രോഗവിവരമറിഞ്ഞ് വീട്ടിൽനിന്നും രാഗിയും അടുത്തുതാമസമാക്കിയിരിക്കുന്ന അനിയനും നാട്ടിലേയ്ക്കു തിരിച്ചു. ബസ്സിന്റെ അഭാവത്തിൽ നിർത്തിത്തന്ന ഒരു ജീപ്പിൽ അൽപം ആശങ്കയോടുകൂടിയാണ് അവർ കയറിയത്. രാഗി മുന്നിലും അനിയൻ പുറകിലും. ജീപ്പിന്റെ മുന്നിലിരുന്ന് രാഗി ഇടംകണ്ണിട്ടു പുറകിലേയ്ക്കുനോക്കി. എന്തെങ്കിലും ദുർഘടാവസ്ഥയിലേയ്ക്കാണോ ഈ പോക്ക്, ഈശ്വരാ എന്ന് മനസ്സുചോദിച്ചുകൊണ്ടിരുന്നു. ഇല്ല, പുറകിൽ അവൻ മാത്രമേയുള്ളൂ. രാഗി സമാധാനിയ്ക്കുകയായിരുന്നു.

നല്ല കാറ്റടിക്കുന്നുണ്ടായിരുന്നു. കുണ്ടുംകുഴിയും താണ്ടി ജീപ്പ് മുന്നോട്ടു പൊയ്ക്കൊണ്ടിരുന്നു. ജീപ്പിനെപ്പറ്റിയും അമ്മയെപ്പറ്റിയു

മുള്ള ചിന്തകൾ രാഗിയുടെ മനസ്സിനെ മഥിച്ചുകൊണ്ടിരുന്നു. കണ്ണ് ഒട്ടും അടഞ്ഞതേയില്ല.

വീട്ടിൽനിന്നിറങ്ങുമ്പോൾ കേട്ട പട്ടിയുടെ ഓലിയിടൽ രാഗിയെ വല്ലാതെ അലോസരപ്പെടുത്തിക്കൊണ്ടിരുന്നു. ആ ശബ്ദം കാതിൽ മുഴങ്ങിക്കൊണ്ടിരുന്നു. ആദ്യം പട്ടിയുടെ ഓലിയിടൽ കേട്ടു തിരികെ വീട്ടിൽക്കയറിയിരുന്നു. ദോഷഫലങ്ങൾ ഇല്ലാതാവാൻ എന്നപോലെ കാർക്കിച്ചുതുപ്പി. വീണ്ടും ഇറങ്ങിനടന്നു. പട്ടി ഓലിയിടുന്നത് മരണ സൂചനയാണെന്നും കാലൻ വരുന്നതുകണ്ടിട്ടാണ് ഓലിയിടുന്നതെന്നുമാണ് പഴമക്കാർ പറയുന്നത്. ആരും അതത്ര ശ്രദ്ധിക്കാറില്ലെങ്കിലും രാഗിയുടെ മനസ്സ് ചഞ്ചലപ്പെട്ടു കൊണ്ടേയിരുന്നു.

അല്പം മുന്നോട്ടുനടന്നപ്പോൾ രണ്ടു പൂച്ചകൾ മുന്നിലായി ഒന്നിനുപിറകെ ഒന്നായി കുറുകെച്ചാടിപ്പോയി. അതുകണ്ട് രാഗി അയ്യോ എന്നറിയാതെ വിളിച്ചുപോയി.

പിന്നെ ഒന്നും കാണാത്തവരെപ്പോലെ, അറിയാത്തവരെപ്പോലെ പരസ്പരം മിണ്ടാതെ മുന്നോട്ടുനടന്നു.

ഈ മഴയത്ത്, ഈ തണുത്ത വെളുപ്പാൻകാലത്ത്, പൂച്ചയുടെ ഒരു കാര്യം. രാഗിക്കു ചിന്തിക്കാതിരിക്കാൻ കഴിഞ്ഞില്ല.

ദുർനിമിത്തങ്ങളെ മുറുകെപ്പിടിച്ചു ജീവിക്കാൻ പ്രയാസമാണെങ്കിലും അതിൽ വലിയ വിശ്വാസമില്ലെങ്കിലും ഇതെല്ലാം ദുർനിമിത്തങ്ങളായിത്തന്നെ ഭവിച്ചല്ലോ എന്നവളോർത്തു. ലക്ഷ്യത്തിലെത്തിയ ജീപ്പിൽനിന്നും അവർ ഇറങ്ങിനടന്നു.

ദിവസങ്ങൾക്കുമുൻപ് ആശുപത്രിയിൽനിന്നും വീട്ടിലെത്തിയപ്പോൾ പടികൾ വേഗത്തിൽ കയറിയ അമ്മയെ അനു ശാസിക്കുന്നുണ്ടായിരുന്നു. "കണ്ടില്ലേ ഒരു അഹമ്മദി, പതിയെ കയറിക്കൂടെ?" എന്ന്.

വളരെ സാധാരണപോലെ ദിവസങ്ങൾ കടന്നുപോയി. എന്തോ കടംവീട്ടുന്നതുപോലെയായിരുന്നു. പണ്ടു കൂടെനിന്നവരെയും സ്നേഹത്തോടെ പരിചരിച്ചവരെയും എല്ലാം വിളിച്ച് അവർക്ക്, തന്നാലാകുന്നതുപോലെ പണമായിട്ടും തുണിയായിട്ടും ഒക്കെ കൊടുക്കുന്നുണ്ടായിരുന്നു കുഞ്ഞി.

പണ്ടത്തെ പങ്കച്ചിയെ കുഞ്ഞി മറന്നില്ല. തമ്മിലുള്ള സംസാരത്തിനിടയിൽ

"എടീ, ഞാൻ ഇപ്പോഴെങ്ങാനും മരിക്കുമോ?" എന്നൊരുചോദ്യവും.

"ഇല്ല തമ്പുരാട്ടീ, തമ്പുരാട്ടി ഇപ്പോഴെങ്ങും മരിക്കില്ല." എന്നു

പറഞ്ഞുള്ള ആശ്വാസവാക്കുകളും കുഞ്ഞിയുടെ മരണശേഷം പങ്കച്ചി പങ്കുവച്ചു.

പെട്ടെന്നാണ് രാവിലത്തെ ഭക്ഷണത്തിനുശേഷം കുഞ്ഞി രക്തം ചർദ്ദിച്ചത്. ആശുപത്രിയിലെത്തിച്ചെങ്കിലും രോഗം വഷളാവുകയായിരുന്നു. ഒരുപക്ഷേ കുഞ്ഞി ഇതു പ്രതീക്ഷിച്ചിരുന്നോ? അതുകൊണ്ടാണോ എല്ലാവർക്കും കൊടുക്കേണ്ടതൊക്കെ കൊടുത്തത്? രാഗി മനസ്സിലോർത്തു.

രാഗിയും അനിയനും ആശുപത്രിയിൽ എത്തിയപ്പോഴേക്കും കോമയിലായിക്കഴിഞ്ഞിരുന്ന കുഞ്ഞിയെ ഐ.സി.യൂ.വിലേയ്ക്കുമാറ്റിയിരുന്നു. മുകളിൽ ഒരു മുറി അറേഞ്ച് ചെയ്തിരുന്നു.

'അവിടെത്തന്നെയിരിക്കേണ്ട, ആവശ്യമുണ്ടെങ്കിൽ വിളിക്കാം, റൂമിലേക്ക് പൊയ്ക്കോളൂ' എന്ന ആശുപത്രി അധികൃതരുടെ ഭാഷ്യം അനുസരിച്ച് അനുവും രാഗിയും അനിയനും മുറിയിലേക്ക് പോയി.

കള്ളന്മാരുടെ ശല്യമുള്ളതിനാൽ മുറി കുറ്റിയിടണമെന്ന് അവർ പ്രത്യേകം പറഞ്ഞിരുന്നു. രണ്ടു കട്ടിലിലായി മൂവരും കിടന്നു. രാത്രി ഒന്നരമണിവരെ മയങ്ങിയും ഉണർന്നും ഓർമ്മകൾ പങ്കുവച്ചുകിടന്നു. ഉറങ്ങിയതറിഞ്ഞില്ല. കുറ്റിയിട്ടിരുന്ന കതകിൽ ശക്തിയായി അടിക്കുന്ന ശബ്ദംകേട്ട് മൂവരും ചാടിയെഴുന്നേറ്റു കതകിനടുത്തെത്തി. മുഖത്തോടുമുഖം നോക്കിനിന്നു, ആരുതുറക്കണമെന്നപോലെ. സിസ്റ്റർ ആയിരിക്കുമോ.

പതിയെ കതകുതുറന്നു. പരിസരത്തെങ്ങും ആരുമുണ്ടായിരുന്നില്ല.

ഐ.സി.യു.വിന്റെ പുറത്തും ആരെയും കണ്ടില്ല. വീണ്ടും കതകടച്ചു. കാറ്റായിരിക്കും. പരസ്പരം ആശ്വസിപ്പിച്ചു. കാറ്റെങ്ങനെ ഇത്ര ശക്തിയിൽ അതിൽമുട്ടും? മൂവരും മനസ്സിൽ ചോദിച്ചുകൊണ്ടിരുന്നു.

അരമണിക്കൂറിനുശേഷം സിസ്റ്റർ ഐ.സി.യു.വിലേക്ക് വരാൻ പറഞ്ഞപ്പോൾ മൂവരുടെയും മനസ്സ് ഒന്നുപിടഞ്ഞു. അനുവിനെയും അനിയനെയും പറഞ്ഞുവിട്ടു രാഗി തനിയെ അവിടെത്തന്നെയിരുന്നു. മാളത്തിൽ ഒളിക്കുന്നതുപോലെ.

എല്ലാം കഴിഞ്ഞിരുന്നു. എന്നെന്നേക്കുമായി ആ ശബ്ദം നിലച്ചിരുന്നു.

ആ വലിയ ശബ്ദത്തിന്റെ ഉടമ അതവരുടെ അമ്മയാണെന്നറിയാൻ, അമ്മയുടെ ആത്മാവാണെന്നറിയാൻ അല്ലെങ്കിൽ വിശ്വസിക്കാതിരിക്കാൻ അവർക്കെങ്ങനെയാവും.

ആത്മാവ് എന്നൊന്നില്ല, അവസാനവാക്ക് എന്നൊന്നില്ല, എന്നൊക്കെ വാദിക്കാം. പക്ഷേ പിന്നെന്താണ് അവർ ഒരുമിച്ചുകേട്ടത്,

അനുഭവിച്ചറിഞ്ഞത്.

മരണം അനിവാര്യമെങ്കിലും അതെവിടെ, എങ്ങനെയെന്നറിയില്ല. മൂന്നുമക്കളെ അടുത്തുപിടിച്ചുകൊണ്ട് ജീവൻപോയത് മൂവർക്കും അവിശ്വസനീയംതന്നെയാണ്.

അവർ മൂവരും ഒരുമിച്ചൊരുമുറിയിൽ ഉറങ്ങിയനാൾപോലും അവർക്കോർമ്മയില്ലത്രെ. ഇപ്പോൾ മൂവരോടും ഒരുമിച്ചു യാത്രപറയാൻ അമ്മതന്നെ ഒരുവേദി ഒരുക്കിയിരിക്കുന്നു. എന്തൊരു പ്രതിഭാസം. നിങ്ങൾ എന്നും ഇങ്ങനെതന്നെ ഒരുമിച്ചിരിക്കൂ, എന്ന ഒരു സന്ദേശം, ഒരനുഗ്രഹം അതിലുണ്ടായിരിക്കാം. എത്രമാത്രം പ്രാവർത്തികമാകും എന്നതല്ല. ഒരു അമ്മയുടെ കർത്തവ്യം, തരാനുള്ള ഉപദേശം വാക്കാലല്ലെങ്കിലും അത് അവസാന ശ്വാസത്തിലും ഭംഗിയായിനിറവേറ്റി.

മൂന്നുമക്കളും കൂടിത്തന്നെ ജഡംചുമന്ന് വീട്ടിലേക്ക് പോകണം എന്നത് ഒരു നിയോഗവും.

എല്ലാവരും സംയമനംപാലിക്കുമ്പോൾ ഇത്രയുംപ്രായമുള്ള ഇത്രയും അനുഭവസമ്പത്തുള്ള തനിയ്ക്ക് എന്തേപറ്റാത്തത്?

തനിക്ക് എന്തോ ഒന്നിന്റെ കുറവുണ്ടെന്ന് രാഗി സ്വയം മനസ്സിലാക്കുകയായിരുന്നു.

*

24

കുഞ്ഞിയുടെ ജഡം മുൻവശത്തായി കിടത്തി. പ്രത്യേക ഉത്തര വാദിത്വമൊന്നുമില്ലാത്ത രാഗി ആ രൂപം മനസ്സിൽ പതിപ്പിച്ചുവയ്ക്കാ നെന്നവണ്ണം, അരികിൽ നോക്കിത്തന്നെയിരുന്നു. ഭാഗവതപാരായ ണം മുഴങ്ങി കേൾക്കുന്നുണ്ടായിരുന്നു.

ഓരോ ജീവനും പൊലിയുമ്പോൾ ജീവിതം കരുപ്പിടിപ്പിക്കാത്ത, പറക്കമുറ്റാത്തവരാണെങ്കിൽ കാലത്തിനതീതമായി പൊട്ടിക്കരച്ചിലുക ളുയരുമെന്ന സത്യം അവളോർത്തു.

അലമുറകളോ പൊട്ടിക്കരച്ചിലുകളോ ഒന്നുമില്ലാതെ പലരുടെയും നിസ്സംഗതയുടെയും ചുരുക്കംചിലരുടെ നിശബ്ദതേങ്ങലുകളും ഇടയി ലൂടെ കുഞ്ഞി പട്ടടയിലേയ്ക്കു യാത്രയായി.

ഗ്രാമത്തിലേക്കുള്ള നാഗരികരായുടെ കടന്നുകയറ്റം രാഗി കണ്ണുമി ഴിച്ചു കാണുകയായിരുന്നു, കാതുകൂർപ്പിച്ചു കേൾക്കുകയായിരുന്നു, അനുഭവിച്ചറിയുകയായിരുന്നു.

ഒരുപ്രായംകഴിഞ്ഞു മരിക്കുന്നവർക്കുവേണ്ടി ആരും കരയാറില്ല. കരയരുത്, പ്രാർത്ഥിക്കുക എന്നത് അലിഖിതമായ ഒരു നിയമമെന്ന് രാഗി മനസ്സിലാക്കുകയായിരുന്നു.

ഒട്ടും സ്നേഹം പ്രകടിപ്പിക്കാത്ത, ഒരിക്കൽപോലും മോനെയെ ന്നോ മോളെയെന്നോ വിളിച്ചിട്ടില്ലാത്ത ചുമടുതാങ്ങിയായ, വീടിന്റെ നെടുംതൂണായി നീണ്ടകാലയളവിൽ പരന്നുകിടന്ന മഹാസംഭവം, അമ്മ 2004 ജൂലൈ പതിനഞ്ചാം തീയതി വിടപറഞ്ഞു, ഈ ലോക ത്തോട്.

*

25

എന്നും അങ്ങനെതന്നെയാണ്, അങ്ങേത്തലയ്ക്കൽ ഫോണെടുത്താലുടൻ എന്നാണുവരുന്നത് എന്നാണു ചോദ്യം. കുഞ്ഞിക്ക് ചെവി അല്പം പുറകോട്ടാണ്. ചിലവശങ്ങളിലൂടെ ചിലപ്പോൾ ചിലതു കേട്ടാലായി അത്രതന്നെ. അതൊന്നുമൊരു വിഷയമല്ലാത്ത മട്ടിൽ പറയാനുള്ളതൊക്കെ അങ്ങുപറയും.

കഴിഞ്ഞയാഴ്ചതന്നെ പോയിട്ടുവന്നതേയുള്ളു. ചോദ്യം കേൾക്കുമ്പോൾത്തന്നെ രാഗിക്കു ദേഷ്യം വരും, എന്താ ഈ ചോദിക്കുന്നതെന്ന്. സാന്ത്വനിപ്പിക്കാൻ ശ്രമിച്ചാലും അതവിടെ എത്തില്ല എന്നവൾക്കറിയാം. അതിനാൽ പരസ്പരബന്ധമില്ലാത്ത ചോദ്യോത്തരങ്ങൾ തുടരും. പ്രായമാകുമ്പോൾ എല്ലാവരും ചുറ്റുമിരിക്കണമെന്നാണ് എല്ലാവരുടെയും മോഹം.

കാലം, അതു കുഞ്ഞിയ്ക്കൊരു പ്രശ്നമേയായിരുന്നില്ല. രാഗിയോർത്തു. രാവിലെ എഴുന്നേറ്റാലുടൻ തൊടിയിലും പറമ്പിലുമെല്ലാമായി ഒരു നടപ്പുണ്ട്. ഓരോ പുൽക്കൊടിയോടും ക്ഷേമാന്വേഷണങ്ങളും സൗഹൃദസംഭാഷണങ്ങളുമായി, പൊഴിയുന്ന തേങ്ങ, അടയ്ക്ക, പറങ്കിയണ്ടി, എന്നിവയെല്ലാം ശേഖരിച്ച്, ഒരുമണിക്കൂറാകുമ്പോഴേയ്ക്കും തിരികെയെത്തും.

പിന്നീടാണ് മുറ്റത്തുള്ള അന്വേഷണങ്ങൾ. കോഴിക്കു തീറ്റകൊടുത്തോ? താറാവിനെ തുറന്നുവിട്ടോ? പട്ടിക്കാഹാരം കൊടുത്തോ? ഇങ്ങനെപോകും അത്.

വർഷങ്ങൾക്കുമുൻപ് പശുക്കളും വളർത്തുമൃഗങ്ങളും ഒക്കെയുള്ള കാലം. അന്വേഷണപരമ്പര ആ തലത്തിലും വ്യാപിച്ചിരുന്നു. പശുക്കളെ തൊട്ടുതലോടി അവയ്ക്ക് പുല്ലും വൈക്കോലും ഒക്കെ ഇട്ടുകൊടുക്കും അവയോട് സംവദിക്കും.

ഇണക്കിളിക്കൂടിന്നരികിലെത്തി അവയുടെ ചലനങ്ങളും സല്ലാപങ്ങളും കണ്ടുരസിച്ചു നിൽക്കും. അവയ്ക്കു തുളസിയിലനുള്ളിക്കൊടുക്കും.

തുളസിയില കിളികൾക്കു ഭയങ്കര ഇഷ്ടമാണ്. അതൊരു ഔഷധവുമാണല്ലോ. അതിനുശേഷം റബ്ബർഷീറ്റുകളുടെ എണ്ണം എടുക്കുക, അതൊക്കെ യാതൊരു മുടക്കവുംവരാതെ ചെയ്യുന്ന കൃത്യങ്ങളായിരുന്നു.

നടക്കാനല്പം ബാലൻസു കുറവാണ്. ഒരു വടി കൊണ്ടുനടക്കാൻ പറഞ്ഞാൽ അത് എന്തോ ഒരു കുറവുപോലെയാണ്. മരിക്കുന്നതുവരെ വടി തൊട്ടിട്ടില്ല.

വീടിന്റെ മുന്നിലായി ഒന്നരയടിവീതിയിൽ നെടുകെ ഒരു വരാന്തയുണ്ട്. അവിടെ സൂര്യനഭിമുഖമായി ഇരിക്കും. തൊടിയിലെ മഞ്ചാടി മരത്തിന്റെ ചുവട്ടിൽനിന്നും ശേഖരിച്ച മഞ്ചാടിക്കുരു മടിയിൽ കരുതിയിട്ടുണ്ടാവും. അന്ന് ഏതു രൂപമാണ് മനസ്സിൽ ഉദിക്കുന്നതെന്ന് മഞ്ചാടിക്കുരു നിരത്തുമ്പോഴേ മറ്റുള്ളവർക്ക് മനസ്സിലാകു.

കുരുവിയാകാം, കാക്കയാകാം, കലമാകാം, കാക്ക ചുള്ളിക്കമ്പ് കൊത്തിപ്പിടിച്ചതാവാം, സുന്ദരിയാകാം, പട്ടിയോ പൂച്ചയോ ആവാം ഇങ്ങനെ ഉള്ളിൽ ഉറങ്ങിക്കിടക്കുന്ന കലാവാസനകൾ ഉയർത്തെഴുന്നേൽക്കും. കാണാൻ നല്ലഭംഗിയാണ്. തുണിയിൽ വർണ്ണ നൂലുകൾ എന്നപോലെ മഞ്ചാടിക്കുരു വരാന്തയിൽ തിളങ്ങിനിൽക്കും.

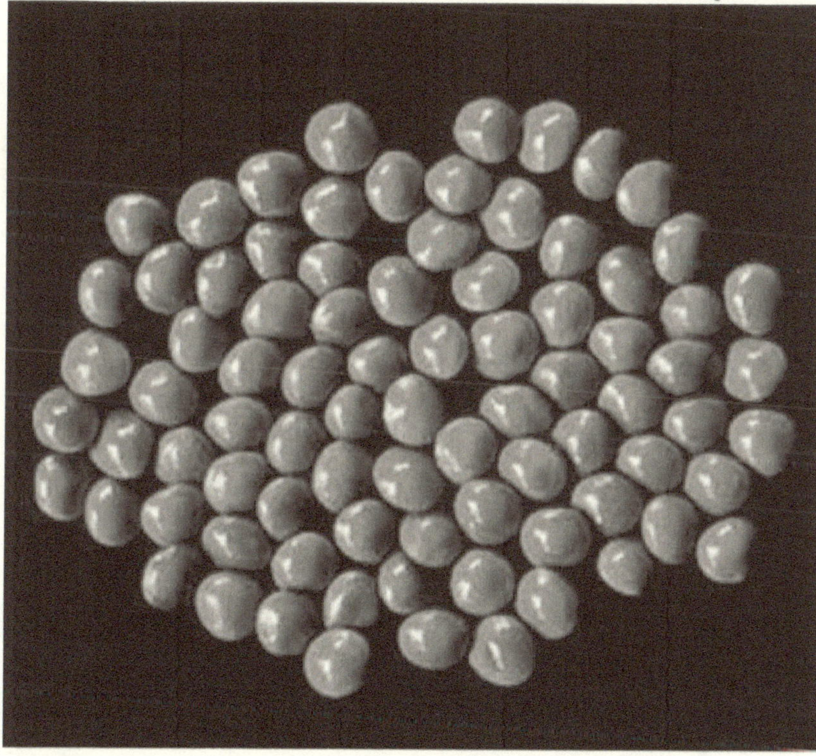

റോഡിൽനിന്നും ഇറക്കമിറങ്ങി തോട്ടുവക്കിൽ എത്തുമ്പോഴേക്കും കേൾക്കാം "എടീ അവൾ വന്നു അവൾ വന്നു" എന്ന്. എന്തിനാണമ്മേ ഇങ്ങനെ വിളിക്കുന്നത് എന്ന് ചോദിച്ചു കൊണ്ട് രാഗി അകത്തേക്ക് കയറുമ്പോൾ അമ്മയും ഒപ്പമുണ്ടാവും.

ഒരുപ്രായമായതിനുശേഷം കുഞ്ഞിയുടെ പിറന്നാളിന് എന്നും മറക്കാതെ രാഗി എത്തിപ്പെടുമായിരുന്നു.

വരാന്തയിൽ രാഗിയെ കാത്തിരിക്കുന്നതുപോലെ അല്പം പിടിച്ചുനിർത്തുന്ന ആ കലാസൃഷ്ടിയും ഉണ്ടാകും.

ഒതുക്കുകൾ കയറി വീട്ടിലേക്ക് നടക്കവേ പടവിലെ അമ്മയുടെ അസാന്നിധ്യം മനസ്സിൽ ചെറിയ നീറ്റലായി. മഞ്ചാടി കലാരൂപം കാണാനെന്നവണ്ണം അറിയാതെ കണ്ണുകൾ ശൂന്യമായ വരാന്തയിൽ പരതി.

ആ വീട് ശൂന്യമാണെന്നൊന്നും രാഗിക്ക് തോന്നിയില്ല. പക്ഷേ എന്തോ ഒന്ന്, എന്തോ ഒന്ന് അവിടെ നഷ്ടമാകുന്നുണ്ടായിരുന്നു.

ലോകം ഓടിക്കൊണ്ടിരിക്കുന്നു, നിർത്താതെ പുഴയൊഴുകും പോലെ. ഒഴുകിപ്പോയ വെള്ളത്തെച്ചൊല്ലി ആരെങ്കിലും തീരത്തു വിലപിക്കാറുണ്ടോ? ഒഴുകിക്കൊണ്ടിരിക്കുന്ന പുഴ ആസ്വദിക്കാറല്ലേ ഉള്ളൂ.

*

www.ingramcontent.com/pod-product-compliance
Lightning Source LLC
LaVergne TN
LVHW060149051026
849517LV00007B/2601
* 9 7 8 9 3 9 0 9 9 9 4 6 0 *